जीवनातील
परिवर्तन...
भीती नव्हे संधी

परिवर्तन ही आयुष्याकडे पुन्हा एकदा
नव्याने पाहण्याची एक संधीच असते

जीवनातील परिवर्तन... भीती नव्हे संधी

Jeevanatil Parivartan... Bhiti Navhe Sandhi

by **Sirshree** Tejparkhi

प्रकाशक : वॉव पब्लिशिंग्ज् प्रा. लि., पुणे

प्रथम आवृत्ती : जुलै २०१८

पुनर्मुद्रण : डिसेंबर २०१९

ISBN : 978-93-87696-36-5

© Tejgyan Global Foundation

All Rights Reserved 2018.
Tejgyan Global Foundation is a charitable organization having its headquarters in Pune, India.

सर्वाधिकार सुरक्षित

'वॉव पब्लिशिंग्ज् प्रा. लि.' द्वारे प्रकाशित हे पुस्तक अशा अटीवर विकण्यात येत आहे, की प्रकाशकाच्या लेखी पूर्वअनुमतीविना ते व्यापाराच्या दृष्टीने अथवा अन्य प्रकारे उसने, भाड्याने अथवा विकत, अन्य कोणत्याही प्रकारच्या बांधणीत अथवा अन्य मुखपृष्ठासह देता येणार नाही; तसेच अशाच प्रकारच्या अटी नंतरच्या ग्राहकावर बंधनकारक न करता आणि वर उल्लेखिलेल्या कॉपीराइटपुरत्या मर्यादित न ठेवता या पुस्तकाच्या कोणत्याही स्वरूपाच्या विनिमयास, तसेच कॉपीराइटधारक व वर उल्लेखिलेले प्रकाशक दोघांच्याही लेखी पूर्वअनुमतीविना इलेक्ट्रॉनिक, मेकॅनिकल, फोटोकॉपी, रेकॉर्डिंग इत्यादी प्रकारे या पुस्तकाचा कोणताही अंश पुनःप्रस्तुत करण्यास, जवळ बाळगण्यास अथवा सुधारित स्वरूपात प्रस्तुत करण्यास मनाई आहे.

'बदलाहट के डर से मुक्ति' या मूळ हिंदी पुस्तकाचा मराठी अनुवाद

अनुक्रमणिका

प्रस्तावना	जीवनाचा न बदलणारा नियम	५
	यशाकडे गगनभरारी	
भाग १	बाह्य परिस्थिती निमित्तमात्र आहे	९
	कोणतंही परिवर्तन आपल्याला दुःखी करू शकत नाही	
भाग २	प्रत्येक ऋतू अनुकूल आहे	१२
	केवळ आपला दृष्टिकोन बदला	
भाग ३	निसर्गाशी ताळमेळ	१६
	परिवर्तनाचा संकेत समजून घ्या	
भाग ४	अनुमती देऊन चमत्कार पाहा	२१
	संपूर्ण सफलता आणि परिवर्तन	
भाग ५	गरज आणि जागृती	२६
	परिवर्तनाची दोन नाणी	
भाग ६	प्रत्येक ऋतूचा स्वीकार करा	३०
	हरमोसमी बना	
भाग ७	अनुकूलनशील बना	३३
	जसा देश तसा वेश	
भाग ८	परिवर्तनाने विरोधाचा अंत करा	३६
	नवरोध आणा	

भाग ९	**परिवर्तनाद्वारे नवनिर्मिती** दडलेला नजराणा ओळखा	३९
भाग १०	**'आह!' ऐवजी 'वाह' कसं निघेल** अनुमोदन देण्याची कला शिका	४३
भाग ११	**परिवर्तनाचा मंत्र** ही स्थितीदेखील बदलणार आहे	४६
भाग १२	**'केवळ सत्यच शाश्वत आहे** इतर सर्व परिवर्तित आहे	५०

प्रस्तावना

जीवनाचा न बदलणारा नियम

यशाकडे गगनभरारी

'परिवर्तन' हा निसर्गाचा न बदलता येणारा, अटळ असा नियम आहे. शिवाय, संपूर्ण सृष्टी याच नियमानुसार कार्यरत आहे. ऋतुबदल होतो, तेव्हा लहान-मोठ्या जीव-जंतूंसह मोठमोठे पशुपक्षी, इतकंच काय पण झाडंझुडपंसुद्धा होणाऱ्या परिवर्तनानुसार स्वतःमध्ये बदल घडवतात. असंच दृश्य बहुधा निसर्गामध्येही दिसतं. हिवाळ्यातील शीतकाळात काही पक्षी हजारोंच्या संख्येने उबदार, उष्ण प्रदेशात स्थलांतर करतात, तर भूपृष्ठाखाली राहणारे जीव-जंतू कित्येक महिन्यांपर्यंत आपापल्या बिळांमध्येच शीतनिद्रा घेताना आढळतात. शिशिरात झाडांची पानं गळतात, तर पावसाळ्यातील वादळ-वाऱ्यांत स्वतःला उन्मळून पडण्यापासून वाचवण्यासाठी झाडांची मुळं दूरदूरपर्यंत विस्तारली जातात.

मनुष्य निसर्गावर नियंत्रण ठेवू शकत नाही; परंतु तो स्वतःला मात्र परिस्थितीनुरूप निश्चितच बदलू शकतो. प्राप्त परिस्थितीनुसार जो स्वतःमध्ये बदल घडवू शकत नाही, तो एकतर विखुरला जातो अथवा इतरांच्या मागे राहतो. मात्र, मनुष्य जर लवचीक असेल, परिस्थितीनुसार स्वतःत बदल घडवण्यास सक्षम असेल, तरच तो विकसित होण्याची शक्यता वृद्धिंगत होते.

आपण रंगबिरंगी फुलपाखरू तर पाहिलंच असेल; किती सुंदर, मनमोहक दिसत असतं ते! परंतु या सुंदर अवस्थेपर्यंत पोहोचण्याआधी ते किती कष्टांतून गेलंय, त्याला किती त्रास सहन करावा लागलाय, हेसुद्धा जाणून घ्यायला हवं. जन्मापासून ते पूर्ण विकसित होईपर्यंत फुलपाखराच्या आयुष्यात काही महत्त्वाचे टप्पे येतात. प्रारंभी ते अंड्याच्या स्वरूपात असतं, नंतर सुरवंट (अळी) अवस्था धारण करतं, त्यानंतर तिसऱ्या टप्प्यात त्याला पंख फुटायला सुरुवात होते. त्या पंखांना उडण्याची शक्ती प्राप्त होईपर्यंत, ते एका बंद कोशात सुप्तावस्थेत पडून राहतं. अशा स्थितीत जर कोणी तो कोश बाहेरून तोडला, त्याची मदत करण्याचा प्रयत्न केला, तर त्याचा मृत्यू होऊ शकतो. त्या फुलपाखराला स्वतःच आपल्या सभोवती असलेला कोष तोडावा लागतो. मात्र, हा कोश तोडून बाहेर पडण्यासाठी त्याला खूप ताकद लावावी लागते. जेव्हा ते कोश तोडण्यात यशस्वी होतं, तेव्हाच त्यातून बाहेर पडतं. या प्रक्रियेमुळेच त्याच्या पंखांना ताकद मिळते आणि मग ते मनसोक्त उडू शकतं. ही तर सर्वसामान्य अशा फुलपाखराच्या असामान्य जीवनचक्राची गोष्ट आहे, मग मानवाने जर मनात आणलं, तर तो काय करू शकणार नाही!

मनुष्य आपल्या चाकोरीबद्ध विचारांमुळेच स्वतःला दुर्बल समजून आयुष्यातील आव्हानांचा स्वीकार करण्यास घाबरत असतो. त्याने जर योग्य दृष्टिकोन बाळगून, परिस्थितीचं आकलन केलं, तर त्याला समजू शकेल, की खरंतर ही परिस्थिती आपल्या पंखांना मजबूत करण्यासाठीच आली आहे. प्राप्तपरिस्थितीला सामोरं गेल्यानेच आपण **यशाचं उड्डाण** घेण्यासाठी पात्र बनू शकतो, सक्षम बनू शकतो.

आपण अशा पुष्कळशा लोकांचं आयुष्य पाहिलं असेल, ज्यांना काही ना काही कारणाने घरदार विकावं लागलं, अथवा त्यांचा उद्योग-व्यवसाय बुडाला, परंतु त्यांनी आपल्या परिस्थितीवर मात करून पुन्हा नव्या जोमाने सुरुवात केली. असे लोक आयुष्याचा हरलेला डाव केवळ जिंकलेच नाहीत, तर इतरांसाठीही ते एक दीपस्तंभ, उदाहरण ठरले.

याउलट जे लोक जीवनात आलेल्या चढ-उतारांना घाबरून त्यांच्यापासून दूर पळतात, ते जास्त काळ तग धरू शकत नाहीत.

जे लोक विपरीत परिस्थिती पाहून आपल्या नशिबाला दोष देण्याव्यतिरिक्त इतर काही करत नाहीत, त्यांच्या हाती पुढेही आपल्या नशिबाला दोष देण्याखेरीज इतर काही पर्याय राहत नाही. सांगण्याचा मथितार्थ **'आयुष्यात ज्या काही घटना घडत**

असतात, त्या आपल्या थांबलेल्या जीवनप्रवाहाला गती देण्यासाठीच घडत असतात.' परिवर्तन ही आयुष्याकडे पुन्हा एकदा नव्याने पाहण्याची एक संधीच आहे. 'जीवनात आपण सर्वोत्तमची निवड करू शकतोय का? ज्या गोष्टी चिरस्थायी आनंद देत नाहीत, त्या गोष्टींमागे कुठे आपणही अंधपणे धावणाऱ्यांसोबत सहभागी तर होत नाही?' हे मनुष्य पाहू शकतो. अशा प्रश्नांवर मनन करणं खूप महत्त्वाचं आहे.

परिवर्तन हे कधीकधी दुःखदही असू शकतं; परंतु त्यानंतर आयुष्यात सकारात्मक गोष्टी येऊ लागतात. मात्र, लोक परिस्थितीला आपल्या नियंत्रणात ठेवू इच्छितात. कारण त्यांच्या मनात त्या परिस्थितीबाबत विरोध असतो आणि जिथे विरोध असतो, तिथे असतं दुःख! या दोन्ही एकाच नाण्याच्या दोन बाजू आहेत. एका बाजूस आहे विरोध, तर दुसऱ्या बाजूला दुःख. जोवर आपण विरोधाची साथ देत राहाल, तोवर दुःख तर येतच राहणार. **विरोध करणं हा मनाच्या अस्वस्थतेचा परिणाम आहे.** परंतु आता वेळ आली आहे, या विरोधाला मागे सोडून पुढे मार्गक्रमण करण्याची. जीवनात सदैव पुढेच वाटचाल करत राहण्यासाठी प्रत्येक परिवर्तनाचा स्वीकार करणं अत्यावश्यक आहे. त्यामुळेच आपण खुलेपणाने काम करून सुंदर जीवन जगू शकतो.

चला तर, महान जीवनाच्या या न बदलणाऱ्या नियमांची सखोलता जाणून सुखी जीवन जगण्याच्या दिशेने गगनभरारी घेऊया.

...सरश्री

भाग १

बाह्य परिस्थिती निमित्तमात्र आहे

कोणतंही परिवर्तन आपल्याला दुःखी करू शकत नाही

एका गावात दहा अंध लोक राहत होते, जे भीक मागून आपला उदरनिर्वाह करत असत. एके दिवशी ते सर्वजण एका जंगलातून चालले होते. तितक्यात वाटेत त्यांना झाडावरून पडलेली काही फळं मिळाली, त्यामुळे त्यांना खूप आनंद झाला. मग फळे खाल्ल्यानंतर त्यांनी निश्चय केला, की 'आता आपल्याला भीक मागायची काहीही गरज नाही. आपण दररोज या जंगलात येऊन, फळं खाऊन आपलं पोट भरत राहू.'

आता ते दररोज जंगलात जाऊ लागले. त्यांना कधी जमिनीवर पडलेली फळं मिळत, तर कधी नाही. त्यामुळे कधी-कधी तर त्यांना उपाशीही राहावं लागे. कसेबसे ते आला दिवस ढकलत राहायचे. असेच एके दिवशी ते सर्व अंध जंगलात फळांच्या शोधार्थ सगळीकडे भटकत होते. इतक्यात अचानक त्यांना जवळच काहीतरी पडल्याचा आवाज आला. त्यानंतर ते आवाजाच्या दिशेने कानोसा घेत गेले. तेव्हा त्यांना ते फळ आहे असं जाणवलं. जे एका मोठ्या झाडावरून खाली पडलं होतं. कदाचित इथल्या झाडांची फळं पिकली असतील, असा विचार करून ते सर्वजण ती झाडं जोरजोरात हलवू लागले. मग खूप फळं खाली पडली आणि ती ते गोळा करू लागले. आता त्यांना फळांचा स्रोत (सोर्स) मिळाल्याने, अन्नाच्या शोधासाठी दूरदूर भटकण्याची गरज भासणार नव्हती, याचा त्यांना खूप आनंद झाला. आता ते दररोज जंगलात जाऊन

तेथील झाडं हलवत, खूप सारी फळं गोळा करत आणि आपली क्षुधाशांती करत. अशा प्रकारे आनंदाने ते आपलं जीवन व्यतीत करू लागले. त्या दहा अंध लोकांचा हा जणू दिनक्रमच बनला होता. परंतु काळाची दिशा मात्र आता बदलली होती.

एके दिवशी नेहमीप्रमाणे ते जंगलात गेले, झाडं गदागदा हलवली; पण दुर्दैवाने झाडांवरून फळं काही पडली नाहीत. त्यांनी कानोसा घेण्याचा खूप प्रयत्न केला; परंतु फळ पडल्याचा कोणताही आवाज आला नाही. कारण ऋतू बदलल्याने झाडांवर फळं लागणंच बंद झालं होतं. आपल्या आयुष्यात अचानक झालेल्या या बदलाने ते अतिशय विचलित झाले. या विपरीत परिस्थितीत त्यांच्यातील प्रत्येकाकडून वेगवेगळी प्रतिक्रिया व्यक्त होऊ लागली. जसं, काही लोकांना तर धक्काच बसला, ते काही बोलूच शकले नाहीत. काही लोक दु:खी होऊन रडू लागले, तर काही या भयानक परिस्थितीपासून पलायन करण्याचा प्रयत्न करू लागले.

आता या दहा अंधांच्या गोष्टीमध्ये जो संकेत दडला आहे, तो समजून घेऊया. लोकांच्या आयुष्यातही जेव्हा अचानक परिवर्तन होतं, तेव्हा ते विचलित होतात. कारण सर्वांवर या बदलाचा वेगवेगळा प्रभाव पडत असतो. जसं – पहिल्या प्रकारच्या लोकांना धक्का बसतो, त्यांची बुद्धी काम करेनाशी होते. ते स्तब्ध होतात, काही बोलू शकत नाहीत. दुसऱ्या प्रकारचे लोक नैराश्यग्रस्त होऊन रडू लागतात. तिसऱ्या प्रकारच्या लोकांना काय करावं आणि काय नाही, हेच सुचत नाही. ते संभ्रमावस्थेत सापडतात. ज्यांना धक्का बसला आहे, त्यांना आधी सावरायला हवं, की जे रडत आहेत त्यांना शांत करायला हवं, हे अशा लोकांना समजतच नाही. चौथ्या प्रकारचे लोक 'उद्या काहीतरी चांगलं घडेल... कदाचित उद्या फळं मिळू शकतील...' या आशेवर जगतात. पाचव्या प्रकारचे लोक अचानक झालेल्या बदलाने घाबरून जातात. त्यांच्यात प्राप्तपरिस्थितीला सामोरं जाण्याची क्षमताच नसते. त्यामुळे ते त्या परिस्थितीपासून पलायन करण्याचा प्रयत्न करतात.

तसं पाहिलं तर परिवर्तन वास्तवात खूपच सुंदर असतं; परंतु ही बाब मनुष्याच्या लक्षात येत नाही. त्यामुळे परिवर्तन घडताच तो भीतीने संकोचतो, आक्रसून जातो. त्याच्या अंतरंगात अवरोध (अडथळा) निर्माण होतो. मानवी मन परिवर्तनाला वाईट समजून, भयभीत होऊन त्याचा प्रतिकार करतं आणि नेमकं हेच त्याच्या दुःखाचं कारण बनतं.

दूरदर्शनवर अधिक काळ चालणाऱ्या एखाद्या दैनंदिन मालिकेतील कलाकार

कित्येकदा बदलले जातात, हे तर आपण पाहिलंच असेल. एखादं पात्र जेव्हा मालिका सोडून निघून जातं, तेव्हा त्या भूमिकेत नवा अभिनेता येतो. पण आपल्याला त्या नव्या माणसाचा अभिनय आवडत नाही. कारण आपल्याला तो जुना अभिनेताच आवडत असतो. इतकं छोटंसं परिवर्तनसुद्धा मनुष्याला आवडत नाही, अशा छोट्याशा बदलालासुद्धा तो खूप वाईट समजून बसतो. परंतु, बाह्य परिस्थिती ही आंतरिक स्थितीला सावरण्यासाठीच आली आहे, ही समज त्यावेळी आपल्यात असायला हवी. नव्याचं स्वागत करून त्याचा आनंद उपभोगता यावा, यासाठी बाह्य घटनांमध्येही आपण योग्य तो प्रतिसाद द्यायला हवा, याची आठवण करून देण्यासाठीच ती आलेली असते.

आता यापुढे जेव्हा आपल्याला बदलत्या परिस्थितीचा सामना करावा लागेल, तेव्हा स्वतःलाच विचारा, **'माझी इच्छा नसेल, तर कोणताही बदल मला दुःखी करू शकेल का?'** उत्तर मिळेल 'जोपर्यंत माझी इच्छा नाही, तोपर्यंत कोणीही मला दुःखी करू शकत नाही.' हा प्रश्नच आपल्या सर्व दुःखांना विलीन करू शकतो.

ही समज प्राप्त झाल्यानंतर आता आपण बाह्य ऋतू, हंगाम, बाह्य घटनांकडे कसं पाहाल? बाहेरचा हंगाम, स्थिती, घटना या तर केवळ निमित्तमात्र आहेत, हे आपल्या लक्षात येईल. आपण आपल्या अंतरंगातील ऋतूला समजून घ्यावं, त्याचा स्वीकार करावा, यासाठीच तर बाहेरचा ऋतुबदल होत असतो. पण आपण या ऋतूमुळे खुश आहात का? बाहेरच्या या ऋतूमुळे आपण आपल्या अंतरंगातील ऋतूला समजून घेत आहात का? आपण जर असं करू शकलात, तर आता आपण बाहेरच्या ऋतुचक्रातूनही मुक्त झाला आहात, असा याचा अर्थ होतो.

भाग २

प्रत्येक ऋतू अनुकूल आहे

केवळ आपला दृष्टिकोन बदला

माणसाच्या आयुष्यात घडणाऱ्या चांगल्या-वाईट घटना या निसर्गाचाच एक भाग आहेत. त्यामुळे मानवी जीवनातील बदलत्या परिस्थितींना काही संत, कवी आणि विचारवंतांनी 'बदलणारे ऋतू' ही उपमा दिली आहे. 'दुःखाची' शिशिराशी आणि 'सुखाची' वसंताशी तुलना केली आहे. वसंताचं आगमन होण्यापूर्वी शिशिराची पानगळ होणं गरजेचं असतं. जीवनरूपी वृक्षावर नवी पालवी फुटण्याआधी जुनी सुकलेली, कुजलेली पानं गळून पडणं गरजेचं असतं. याचप्रकारे सुखाचं महत्त्व समजण्यासाठी दुःख असणं अनिवार्य आहे. कोणालाही शिशिराची निष्पर्णता आवडत नाही. बहरलेला वसंत कायम राहावा, अर्थात आयुष्यात दुःख येऊच नये, कायम सुखच असावं, असंच सर्वांना वाटत असतं. परंतु नव बहार येण्यासाठी जुन्याला आपलं स्थान सोडावंच लागतं, हा तर निसर्गनियम आहे.

जगात असेही लोक आहेत, जे प्रत्येक परिस्थितीत आनंदी राहतात, प्रत्येक घटनेसाठी सुसज्ज असतात. असे लोकच विनातक्रार आनंदी जीवन जगू शकतात. यांना 'सदाबहार, हरमोसमी' म्हटलं जाऊ शकतं. जसं, काही फुलं आणि फळं अशी असतात, जी विशेष ऋतूतच फुलू-फळू शकतात. अशांना हंगामी फुलं अथवा फळं म्हटलं जातं; परंतु गुलाबासारखी काही फुलं मात्र प्रत्येक ऋतूत फुलतात. अशा

फळ-फुलांना बारमाही, सदाबहार अथवा हरमोसमी असं म्हटलं जातं. सदाबहार, हरमोसमी लोक प्रत्येक ऋतूत खुश राहून त्या त्या ऋतूचा आनंद उपभोगत असतात. 'ज्याप्रमाणे प्रत्येक हंगाम हा एकसारखा असू शकत नाही, तसंच आयुष्याची स्थितीही कायम एकसारखी असू शकत नाही, ती बदलतच राहणार,' हे त्यांना माहीत असतं. सदाबहार लोक हिवाळ्याचा आनंद घेतात. ते थंडीतसुद्धा म्हणतात, 'अरे व्वा! किती छान थंडी पडली आहे! चला व्यायाम करूया!' पावसाळी दिवसांत ते पावसाची गाणी गुणगुणतात, मनसोक्त भिजण्याचा आनंद घेतात आणि उन्हाळ्यात गारवा देणाऱ्या गोष्टींची मजा लुटतात. आयुष्याच्या बदलत्या परिस्थितीतसुद्धा ते सकारात्मक दृष्टिकोन बाळगतात.

माणसाचं मन जेव्हा प्रत्येक परिस्थितीत सकारात्मक विचारांच्या प्रकाशाने उजळून निघतं, तेव्हा त्याला क्षणोक्षणी उत्साह आणि प्रसन्नता जाणवू लागते. मग भले त्याच्या आयुष्यात नकारात्मक घटना का घडत असेनात.

हे समजून घेण्यासाठी अर्ध्या भरलेल्या पेल्याचं उदाहरण घेऊ. कोणाला तो पेला अर्धा रिकामा दिसतो, तर कोणाला अर्धा भरलेला दिसतो. ज्यांना नकारात्मक गोष्टी पाहण्याची सवय असते, ते कोणत्याही स्थितीत आनंदी राहू शकत नाहीत आणि ज्यांना सकारात्मक गोष्टी म्हणजेच कमतरतेतही कौशल्यं दिसतात, समस्यांमध्येही विकासाची संधी दिसते, ते प्रत्येक प्रतिकूल परिस्थितीतही आनंदी राहू शकतात. मात्र, ज्यांना पाऊस आवडत नाही, ते पावसामुळे येणाऱ्या समस्यांवर लक्ष केंद्रित करतात. जसं, 'सगळीकडे चिखल होईल... ट्रॅफिक जाम होईल... साथीचे आजार पसरतील...' इत्यादी. परंतु, ज्यांना पाऊस आवडतो, ते 'पावसामुळे सर्वत्र दिसणारी हिरवळ... हिरवाईने नटलेली शेतं... कलकलाट करणारे पक्षी... पाण्याची मुबलकता...' अशा समृद्ध गोष्टींकडेच लक्ष देतात.

नकारात्मकता मनुष्याला अभाव, कमतरतेकडे आणि सकारात्मकता आनंद, उत्साह आणि समृद्धीकडे घेऊन जाते. याचा अर्थ असा नाही, की आपण आपल्यातील कमतरतांकडे दुर्लक्ष करून त्यांना सुधारण्याचा प्रयत्नच करू नये. किंबहुना त्यांना आपल्या दुःखाचं कारण बनू देता कामा नये. नकारात्मकतेमुळे आपल्या अंतरंगातील समृद्ध ऋतू बदलू नये, ही गोष्ट लक्षात ठेवणं श्रेयस्कर!

आपल्याला जर एखादी गोष्ट चांगली वाटत नसेल, तर 'ती सर्वांनाच दुःखदायक ठरते का?' असा प्रश्न स्वतःलाच विचारा. उत्तर मिळेल, 'नाही.' हे प्रत्येकाच्या

दृष्टिकोनावर अवलंबून असतं, अगदी त्या अर्ध्या भरलेल्या पेल्यासारखंच!

वास्तवात दुःख कमी-जास्त, लहान अथवा मोठं असणं, हे मनुष्याच्या दृष्टिकोनावर अवलंबून असतं. त्यामुळे दृष्टिकोन कशा प्रकारे बदलतो, हे आपण एका उदाहरणाद्वारे समजून घेऊया. भगवान श्रीकृष्णाच्या बाललीलांचा दृष्टान्त प्रस्तुत करणारं एक भजन तर आपण ऐकलंच असेल. ज्यामध्ये खट्याळ नंदकिशोर आपल्या मातेला म्हणतो, 'मैया मोरी, मैं नहीं माखन खायो.' परंतु जेव्हा माता यशोदा त्याच्या गोड बोलण्याला भुलते, तेव्हा तो म्हणतो, 'मैंने ही माखन खायो.' आपण जर हे भजन नव्या दृष्टिकोनातून लक्षपूर्वक ऐकलं, तर ते असं असेल, 'मैं नहीं खाया आणि मैंने ही खाया.' दोन्ही गोष्टींत किती छोटासा फरक आहे. परंतु हाच छोटासा फरक दृष्टिकोनही बदलतो.

कोणाला काळोखमय रात्रीचं भय वाटत असतं, तर कोणाला अंधाऱ्या रात्रीनंतर प्रकाश घेऊन येणाऱ्या दिवसावर भरवसा असतो. अशाच प्रकारे एखादी घटना जर आपल्याला दुःखद वाटत असेल, तर एकदा त्या घटनेविषयी आपला दृष्टिकोन बदलून पाहा. त्याविषयी वेगळा काही विचार करून पाहा. त्यानंतर आपल्याला त्या घटनेतील काही चांगल्या बाबी आणि काही नव्या संधी दिसू लागतील, असंही होऊ शकतं. पण जर का तुम्ही अडचणींनाच केंद्रीभूत करून विचार करत राहिलात, तर सदैव दुःखातच राहाल, हे निश्चित.

उदाहरणार्थ, 'आशा आणि निशा' नावाच्या दोन सुना शेजारी राहत होत्या. दोघींच्याही घरात सासूचंच राज्य चालत असे. परंतु आशा नेहमी आनंदी दिसायची, तर निशा सदैव निराशच दिसत असे. दोघी जेव्हा कधीही माहेरी जाण्याचा विचार करत, तेव्हा त्या दोघींच्याही सासूबाई त्यांना जाऊ देत नसत. निशाचं म्हणणं होतं, 'माझी सासू मला त्रास देते, ती मला माहेरी जाऊ देत नाही.' पण आशाला वाटायचं, 'माझ्या सासूला माझा सहवास इतका आवडतो, की ती मला थोड्या दिवसांसाठीही स्वतःपासून दूर होऊ देत नाही.' दोघींच्याही सासूबाई त्यांच्याकडून खूप कामं करून घ्यायच्या. निशा कामं करता करता थकायची, हैराण होऊन जायची. पण आशा म्हणायची, 'माझ्या सासूला वाटतं, मी प्रत्येक काम शिकावं, सगळ्या कामांत नैपुण्य प्राप्त करावं. लोकांना माझ्यातील सद्गुण समजावेत.'

अशाच प्रकारे हरेश आणि नरेशला जेव्हा कधी त्यांचे वरिष्ठ अतिरिक्त काम सोपवत असत, तेव्हा नरेश तक्रारी करत असे. मात्र, हरेश म्हणत असे, 'वरिष्ठ माझ्याकडे अतिरिक्त कार्यभार सोपवतात. कारण माझ्यात ते काम पार पाडण्याची योग्यता आहे,

असं त्यांना वाटतं. खरंतर त्यासाठी ते मला पात्र समजतात.'

आशा आणि हरेशसारख्या व्यक्ती कधी दु:खी होऊ शकत नाहीत, कारण त्यांची दु:खी होण्याची इच्छाच नसते. परिस्थिती कशीही असो, ऋतू कोणताही असो, ते आपला दृष्टिकोन बदलून स्वतःला त्या वातावरणाशी जुळवून घेण्याची कला जाणतात. मात्र, जे लोक दुःखी राहतात, ते आपला दृष्टिकोन कधीही बदलू शकत नाहीत. प्रत्येक गोष्टीत ते नकारात्मकताच बघत राहतात.

जसं, काही लोक आपल्या रूपावरही नाराज असतात. ते विचार करत राहतात, 'माझं रूप जर सुंदर असतं तर... माझे दात एका ओळीत असते तर... माझा रंग गोरा असता तर... डोळे कमळासारखे असते तर... परंतु खरं सौंदर्य तेव्हाच झळकतं, जेव्हा मनुष्य निसर्गाने दिलेल्या रूपाचा प्रामाणिकपणे स्वीकार करतो. जे नाही त्याचं दुःख उगाळत बसण्याऐवजी, जे आहे त्याचा आनंद उपभोगतो. अशा प्रकारे दृष्टिकोन योग्य असेल तर जगातील प्रत्येक गोष्ट सुंदर दिसू लागते. ज्याच्या मनात नित्य प्रेम- आनंद- शांतीचा ऋतू असतो, तोच मनुष्य समजू शकतो, **'सौंदर्य बाह्य गोष्टींत नव्हे, तर पाहणाऱ्याच्या दृष्टिकोनात दडलेलं असतं.'**

भाग ३

निसर्गाशी ताळमेळ

परिवर्तनाचा संकेत समजून घ्या

एकदा एक मनुष्य शहरातून खेडेगावात जातो. तेव्हा तेथे त्याला दिसतं, की एक गावकरी एका मोठ्या झाडाकडे टक लावून पाहत आहे. त्याच्या कपाळावरील आठ्या पाहून शहरी माणूस त्या खेडुतास विचारतो, ''काय भाऊ, काय बघताय आणि इतके त्रासलेले का आहात बरं?'' गावकरी म्हणतो, ''गोष्ट तशी त्रासदायकच आहे. या वर्षी अतिवृष्टी होऊन नदीला महापूर येणार आहे.'' त्यावर शहरातील मनुष्याने त्याला विचारलं, ''ही गोष्ट तुम्हाला या झाडाने सांगितली काय?'' खेडूत म्हणाला, ''नाही दादा, त्या पक्ष्याने सांगितली, जो या झाडाच्या शेंड्यावर आपलं घरटं बनवतोय.''

शहरात लोकांना पावसाचा अंदाज जाणून घेण्यासाठी हवामान विभागावर अवलंबून राहावं लागतं. मात्र गावातील लोक पशुपक्ष्यांच्या वागण्यावरून हवामानाचा अंदाज लावू शकतात. याचं त्या शहरी मनुष्याला खूप आश्चर्य वाटलं.

एखाद्या वर्षी जर पर्जन्यमान सरासरीपेक्षा कमी होणार असेल, तर पक्षी आपली घरटी झाडाच्या खालील फांदीवर बनवतात. पण सरासरीपेक्षा अधिक पाऊस होणार असेल, तर ते आपली घरटी झाडाच्या उंच शेंड्यावर बनवतात. पक्ष्यांची घरटी बघूनच गावातील लोकांना समजतं, की या वर्षी दुष्काळ पडेल, सर्वसाधारण पाऊस होईल, की पूरस्थिती निर्माण होईल! आहे ना आश्चर्य!

आता पुराच्या शक्यतेनेच त्या खेडुताच्या कपाळावर आठ्या पडल्या होत्या. पक्ष्याने हवामानानुसार आपलं काम आधीच सुरू केलं होतं. कारण पशुपक्ष्यांना बाह्य वातावरणाची जाणीव असते. प्रतिकूल परिस्थितीबाबत ते तक्रारी करत बसत नाहीत, तर वातावरणानुसार स्वतःत बदल घडवून आपल्या जीवनात ते परिवर्तन करतात. पशुपक्षी निसर्गाचा अंश आहेत. निसर्गाच्या सुरात सूर मिसळून ते जगतात आणि जीवनगाणे गात राहतात. त्यांच्यासाठी कोणताही ऋतू चांगला अथवा वाईट नसतो, तर प्रत्येक ऋतू हा केवळ ऋतूच असतो.

झाडाला माहीत असतं, की शिशिराच्या पानगळीनंतर वसंताचं आगमन होणार आहे आणि वसंतानंतर पुन्हा शिशिर येणारच आहे. झाडं स्वतःला जुन्या, पिकलेल्या, सुकलेल्या, कुजलेल्या पानांपासून रिकामं करत जातात. कारण त्यांच्या फांद्यांवर नवीन चैत्रपालवीचा जन्म व्हावा. वसंत ऋतूत झाडं फळा-फुलांनी बहरतात. मग त्या फळांच्या बीजांमधून नवीन झाडाझुडपांना कोंब फुटतात, ज्यायोगे हिरवीगार व मनमोहक उपवनं तयार व्हावीत.

मात्र, मनुष्य निसर्गाचे संकेत समजू शकत नाही. नैसर्गिक जीवन जगण्याऐवजी तो निसर्गाशी आपला ताळमेळ बिघडवत राहतो. पण आपणही निसर्गाचाच एक अविभाज्य भाग आहोत, हे जर त्याने जाणून घेतलं, तर कोणत्याही प्रकारच्या परिवर्तनाने तो विचलित होणार नाही. त्याच्यासाठी प्रत्येक ऋतू हा वसंत ऋतूसारखाच सौख्यदायी सिद्ध होईल. फक्त त्याला निसर्गाशी आपलं संतुलन, आपला ताळमेळ साधता यायला हवा.

जसं, एखादा माणूस रेडिओ अथवा टीव्ही चालू करून आपल्याला हवं ते केंद्र चालू करतो. आपल्या आवडीची मालिका पाहता किंवा ऐकता यावी म्हणून तो चॅनेल सेट (ट्युन) करतो, त्याच्याशी ताळमेळ साधतो. रेडिओचा आवाज खरखरत असेल, तो नीट ऐकू येत नसेल, तर रेडिओची जागा किंवा दिशा बदलून त्याला ट्युन करतो. तसंच, टीव्हीवरील चित्रांत स्पष्टता नसेल तर तो त्याचे कनेक्शन तपासतो, अँटिना हलवून पाहतो. शिवाय वातावरणाशी जुळवून घेण्याचा प्रयत्न करतो. असं केल्याने रेडिओ अथवा टीव्हीसाठी आकाशात तरंगत असलेल्या लहरी पकडणं सोपं जातं.

अगदी अशाच प्रकारे मनुष्यानेही निसर्गाशी स्वतःला जुळवून घेण्यासाठी, त्याच्याशी ट्युन करण्यासाठी, परिवर्तनामागील संकेत समजून घेऊन आपल्या क्रियांमध्ये बदल करायला हवा. परंतु आपला ताळमेळ बिघडला आहे, हे त्याला समजावं कसं?

तर याचं निदर्शक आहे परिवर्तनामुळे होणारं दुःख. **जेव्हा दुःखाची अनुभूती होऊ लागेल तेव्हा समजावं, की निसर्गाशी असलेला आपला ताळमेळ बिघडला आहे.**

वास्तवात दुःख मनुष्याला सजग करण्यासाठी येतं. परंतु मनुष्य मात्र आपल्या विचारांना निसर्गाशी जोडण्याऐवजी दुःखाच्या प्रभावाने नको असलेलं कर्म करतो. तसंच आपल्या सभोवतालच्या लोकांनासुद्धा तो दुःखी करतो. खरंतर दुःखाचा संकेत हा चुका सुधारण्यासाठीच असतो.

तसं पाहिलं तर जगात सर्वांनाच सुख हवं असतं, दुःख कोणालाही नकोच असतं. परंतु सौख्यप्राप्तीची पद्धत मात्र कोणालाही ठाऊक नसते. लोक सुखी माणसाचा सदरा शोधण्याच्या खटपटीत कळत-नकळत कितीतरी विकतची दुखणी घेत असतात. कारण त्यांना सुख-दुःखाचा योग्य अर्थच ज्ञात नसतो. कित्येकदा मनुष्य ज्याला दुःख समजून रडतखडत बसतो, त्या दुःखातच आकंठ बुडतो. वास्तविक तो सुखाच्या दिशेने अग्रेसर होण्याचा आरंभबिंदू असू शकतो. किंबहुना दुःखात सुखाचा किंवा विकासाचा संकेत दडलेला असतो. परंतु प्रत्येक मनुष्याकडे तो पाहण्याची तीक्ष्ण दृष्टी नसते. ती जर असती, तर प्रत्येक दुःख त्याच्यासाठी आंतरिक आणि बाह्य विकासाची शिडी बनली असती.

माणसाचा स्वभाव, विचार आणि वर्तन यांत ज्या कमतरता असतात, दुःख त्यांचंच दर्शन त्यांना घडवत असतं. जेणेकरून आपल्यातील या कमतरता लक्षात घेऊन त्यांच्यात सुधारणा करू शकता याव्यात. जसं परीक्षेत मनासारखे गुण मिळाले नाहीत, तर त्याचं दुःख होणं याचा संकेत आहे, की त्या विद्यार्थ्याने आपली क्षमता आणि प्रयत्न वाढवायला हवेत.

नियती मनुष्याला दुःख देते, कारण त्याने आपला विकास साधावा. जसं, अचानक पाठ, मान अथवा गुडघे दुखू लागले, तर या परिवर्तनाद्वारे निसर्गाने आपल्याला असा संकेत दिला आहे, की आता आपण नियमितपणे व्यायाम करायला हवा. परंतु मनुष्य मात्र व्यायाम न करता त्या वेदना तशाच कुरवाळत राहतो.

याचप्रकारे कोणी जर आपल्याशी योग्य प्रकारे वागत नसेल, तर समजून घ्या, की हा आपल्या वर्तणुकीबाबतचा संकेत आहे. आपल्याला आपल्या वागण्या-बोलण्यात बदल घडवावा लागेल. उदाहरणार्थ, आपलं जर एखाद्याशी भांडण झालं आणि त्याने

आपल्याबाबत अपशब्द वापरले, तर आपल्याला वाईट वाटतं, दुःख होतं, राग येतो. मग आपण त्याला दोष देऊ लागतो. वास्तविक अशा वेळी आपण आपले आचार, विचार आणि संभाषणाच्या पद्धतीचं परीक्षण करायला हवं. शिवाय आपण केवळ त्यात सुधारणाच करायची असं नाही, तर पुढच्या वेळी वादजन्य स्थिती टाळण्यासाठी काय करता येईल... शांततेने सर्व व्यवहार कसे पार पाडता येतील... आणि असं घडण्यासाठी प्रथम स्वतःमध्ये काय परिवर्तन घडवायला हवं... याचाही विचार करायचा आहे. हा बदललेला नवा विचारच आपल्याला इतर सर्व विपरीत परिस्थितींतून अथवा इतरांशी होणाऱ्या वादविवादांतून वाचवू शकेल. हेच विकासाचे संकेत अशा दुःखद, आपद्ग्रस्त परिस्थितीत दडलेले असतात.

मनुष्याला हवीहवीशी वाटणारी, आवडती वस्तू इतर कोणाकडे तरी दिसणं, हासुद्धा एकप्रकारे चांगलाच संकेत असू शकतो. खरंतर आपल्या इच्छापूर्तीच्या आरंभाचाच हा संकेत असू शकतो.

असं समजा, की एखाद्या मनुष्याला स्वतःसाठी एक नवं घर विकत घ्यायचं आहे, त्यासाठी तो प्रयत्नही करतोय; परंतु तो ते खरेदी करू शकत नाहीय. अशातच त्याला समजतं, की त्याच्या एका मित्राने एक आलिशान घर विकत घेतलंय. अशा परिस्थितीत त्याच्या मनात ईर्ष्या जागृत होते. तो विचार करू लागतो, 'बघा, सगळ्यांकडे स्वतःचं घर आहे; पण माझंच घर होत नाही.' वास्तवात इतरांच्या नव्या घराची बातमी जरी असली, तरी हा त्या मनुष्यासाठी एक चांगला संकेत असू शकतो. नव्या घरासाठी त्या मित्राने काय प्रयत्न केले, याची माहिती तो त्या मित्राकडून मिळवू शकतो. आपल्या मित्राकडून प्रेरणा घेऊन नव्या जोमाने तो आपल्या घरासाठीच्या प्रयत्नांत वाढ करू शकतो. अशा प्रकारे मित्राने नवीन घर घेतल्याची बातमी त्याच्यासाठी स्वतःच्या गृहखरेदीचा संकेत ठरू शकते.

मनुष्य आयुष्यात मिळणाऱ्या संकेतांचा, निर्देशांचा योग्य अर्थ समजू शकत नाही. त्यामुळे सकारात्मक संकेतांनाही तो नकारात्मक समजून जे काही उत्तम चाललेलं असतं, तेही बिघडवून टाकतो.

मनुष्याला घर घ्यायची इच्छा तर असते; पण दुसऱ्याने घर घेतल्याची बातमी ऐकली की लगेच, 'माझंच घर होत नाहीये... ते का होत नाही... कधी होणार?' असे विचार सातत्याने करून कळत नकळत आपल्याच इच्छेशी नकारात्मकता जोडतो, आपल्याच इच्छेविरुद्ध विचार करू लागतो. परिणामी मनुष्याला आवडणारी वस्तू,

जी त्याच्याकडे येण्यासाठी आपल्या निश्चित स्थानावरून निघाली होती, ती मध्येच थांबते. कारण सतत दुःखी होऊन, तक्रारी करून तो आपल्याकडे येणाऱ्या वस्तूला प्रतिबंध करतो. त्याच्या प्रार्थनेनुसार जी वस्तू लवकरच त्याला मिळणार होती, तिला या विरोधी विचारांमुळे रस्त्यातच अडथळा निर्माण झाल्याने ती वाटेतच थांबते. यासाठी मनुष्याला हे समजायला हवं, की त्याच्या प्रयत्नांना फळ मिळणारच आहे, फक्त थोडा धीर धरण्याची आवश्यकता आहे. दुःख अथवा क्रोधामुळे आपणच आपल्या प्रयत्नांना निष्फळ करण्याचं काम कधीही करू नये.

कित्येकदा इतरांशी केलेली तुलनाच दुःखाचं कारण बनू शकते. तुलनेमुळे हव्यास वाढतो आणि त्याची परिपूर्ती होऊ शकली नाही, तर दुःख प्राप्त होतं. अशा वेळी आपले विचार आणि भावनांचं विश्लेषण करून हे जाणून घ्यायला हवं, की या दुःखाचं आगमन कोठून झालं आहे? त्याच्या मुळात कोणते विचार होते? त्या विचारांवर सजगतेने काम केल्यास त्या दुःखालाही जागृतीचं कारण बनवता येऊ शकतं.

आयुष्यात होणारे बदल, चढ-उतार, जणू काही आपल्याला धडाच शिकवण्याचं काम करत असतात. वेगवेगळ्या घटनांद्वारे निसर्ग आपल्याला ध्येयमार्गावर घेऊन जात असतो. म्हणून रस्त्यात आलेल्या दगड-धोंड्यांना, चिखलाला चिखल नव्हे, तर शिक्षक समजून समस्यांतूनही काही बोध प्राप्त करावा. प्रतिकूलतेतही संधी शोधावी, दुःखाआड दडलेले सुखाचे संकेत जाणून घ्यावेत.

भाग ४

अनुमती देऊन चमत्कार पाहा
संपूर्ण सफलता आणि परिवर्तन

साधारणपणे यशाला पैशांद्वारे तोललं जातं. ज्याच्याकडे जितकं धन असेल, तितकंच त्याला यशस्वी समजलं जातं. परंतु मनुष्य केवळ पैशांनीच समृद्ध होत नाही. याचा मथितार्थ असा- सुखी जीवन जगण्यासाठी केवळ पैसा असणंच पुरेसं नाही. केवळ पैसे मिळवून मनुष्य अब्जाधीश बनू शकतो, परंतु दुःख तर अब्जाधीशालाही ग्रासू शकतं. परिणामी केवळ संपत्ती अर्जित करणं म्हणजेच संपूर्ण यश, असं म्हणता येऊ शकत नाही.

संपूर्ण यशप्राप्तीसाठी मनुष्याला अब्जोपती नाही, तर 'गणपती' बनण्याची आवश्यकता आहे. गणपती अर्थात गणांचा पती, जो गण म्हणजे जनतेला (लोकांना) स्वीकारतो आणि स्वतःसह इतरांच्या विकासासाठीही साहाय्यक बनतो. गणपती बनण्याचा योग्य अर्थ आहे गुणपती बनणं. जो गुणवान आहे, गुणांनी परिपूर्ण आहे, तोच गणपती बनण्यास योग्य आहे.

गणपतीने भगवान शंकरांनी दिलेल्या हत्तीच्या मस्तकाचाही स्वीकार केला. 'माझ्या मानवी शरीरावर हत्तीचं मस्तक कसं दिसेल, इतके लांब सुळे (दात) कसे

दिसतील, इतकी लांब सोंड (नाक) पाहून लोक मला हसणार तर नाहीत ना?' असा विचार त्यांनी केला नाही.

गणेशांनी शिवशंकरांवर विश्वास ठेवून म्हटलं, 'हो, मला मान्य आहे'. महादेवांनी दिलेल्या रूपाचा त्यांनी स्वीकार केला, कारण त्यांनी रूपाऐवजी गुणांना प्राधान्य दिलं, तसंच शुभकार्यांना महत्त्व दिलं आणि ते गुणपती बनले.

जो भाग्यविधाता आहे, तो भगवंत; जो निरंतर देत राहतो, तो देवता (दाता) आणि जो नश्वरतेचा नाश करतो, तो ईश्वर. वास्तविक देव-देवतांची रचना ही प्रत्यक्षात गुणांच्या प्राप्तीसाठी केली गेली आहे. मनुष्याला जे गुण आत्मसात करण्याची इच्छा असते, त्या गुणस्वरूप देव-देवतांची तो पूजा-आराधना करतो. मग सदैव त्या गुणांचं स्मरण करून, ते गुण स्वतःमध्ये उतरवून त्यांना तो चिरस्थायी, स्थिर करू शकतो.

म्हणून मनुष्याने श्रीगणेशांच्या कथेतून स्वीकारभावाची शिकवण घेतली पाहिजे, जेणेकरून तो नेहमी आनंदी राहू शकेल. त्यासाठी आयुष्यात निर्माण होणारी सर्व प्रकारची परिस्थिती स्वीकार करणं त्याला शिकावं लागेल.

परिवर्तनाचा स्वीकार करणं, हे एक महत्त्वाचं पाऊल आहे. पण मनुष्य परिवर्तनाला घाबरतो. कारण त्यानंतर येणारं भविष्य अज्ञात आणि अदृश्य असतं. मनुष्याच्या जीवनात काही घटना अशाही घडतात, ज्या त्याच्या नियंत्रणाबाहेरच्या असतात. अशा वेळी त्याने त्या घटनांवर मनन करायला हवं, की या बदलामुळे वाइटात वाईट असं काय घडू शकतं? परिवर्तनाचा पूर्ण अभ्यास केल्याने मनुष्यासाठी ती घटना स्वीकारणं सहज-सोपं होऊन जातं.

जरा आठवून पाहा, कॉलेजच्या पहिल्या दिवशी आपण कसे बुजलेले होतो, किंवा पहिल्यांदा कार चालवण्याचा आपला अनुभव कसा होता? कोणत्याही गोष्टीचा पहिला अनुभव तितका वाईट नसतो, जितका आपण विचार करत असतो. पण परिवर्तनाची सवय होण्यासाठी जो थोडाच वेळ लागतो, तो स्वीकार केल्याने आयुष्य शांततेने जगता येऊ शकतं. बदलती परिस्थिती म्हणजे आयुष्यात अग्रेसर होऊन नवा बोध प्राप्त करण्याची जणू संधीच असते, त्यामुळे हताश, निराश होऊन बसू नका.

प्राप्त परिस्थितीचा स्वीकार करण्यासाठी काही उदाहरणं समजून घेऊया.

उदाहरण १ :

सकाळी लवकर जाग येण्यासाठी आपण गजर लावतो आणि तरीही अर्धा तास उशिरा उठतो. अशा स्थितीत डोळे उघडताच, 'गजर वाजताच मी का बरं उठलो नाही?' हे पहिलं छोटंसं दुःख येतं. त्यानंतर आपलं प्रत्येक काम अर्धा तास उशिराने होऊ लागतं. आपण ट्रॅफिकमध्ये अडकतो... कार्यालयात उशिराने पोहोचतो... आपली कामं योग्य पद्धतीने होत नाहीत... वरिष्ठ नाराज होतात... आपणही नाराज होतो... मग ती नाराजी घेऊनच आपण घरी पोहोचतो... परिणामी घरात, कुटुंबीयांशी खटके उडू लागतात. या रोजच्या कटकटीमुळे आपला सूर बिघडू लागतो आणि कळत-नकळत तेच आपल्या दुःखाचं कारण बनतं.

आपण जर गजर वाजताच उठू शकला नाहीत, तर आपल्याला उठायला उशीर झाला आहे, हे आधी स्वीकारायला हवं, मग पुढच्या साऱ्या गोष्टी. 'मी उशिरा का उठलो... गजर होताच का उठू शकलो नाही... नेहमी असंच का होतं... आता बस मिळाली नाही तर... कार्यालयात जाण्यास उशीर झाला तर... अर्धा तास आधी जाग आली असती तर... सगळी कामं कशी आरामात पार पाडू शकलो असतो... आता तर धावपळ करावीच लागणार...' अशा प्रश्नांच्या जंजाळात स्वतःला अडकवून घेऊ नका. जे घडलंच नाही, त्याविषयी विचार करून त्रस्त होण्याची काहीही आवश्यकता नाही. दिवसाची सुरुवात जर वाईट झाली, तर त्या त्रस्त आठवणी स्वतःसोबत घेऊन फिरू नका, अन्यथा आपला सगळा दिवसच वाईट जाईल. अशा वेळी स्वतःला सांगा, जे घडलंय त्याचा स्वीकार करायचा असून, पुढील मार्गावर अग्रेसर व्हायचं आहे. आपण उशिरा उठलो आहोत, याचा स्वीकार करून त्या अनुषंगाने आपल्या कामांचं नियोजन करायचं आहे. असं केल्याने उशिरा उठूनसुद्धा आपण आपल्या कार्यालयात वेळेवर पोहोचू शकाल, सर्व कामं वेळेवर करू शकाल.

उदाहरण २ :

समजा, आपण रस्त्याने चालला आहात आणि अचानक जोराचा पाऊस सुरू झाला. रस्त्यावर जिकडे तिकडे पाणीच पाणी झालं, तर अशा वेळी त्रासून जाण्याऐवजी आपण जर त्या टपकणाऱ्या थेंबांची मजा घेतलीत, त्या टपटप नादाचा आनंद लुटलात, तर चालणं सोपं होईल. अशा वेळी आपलं बालपण आठवा, आपण पावसाच्या पाण्यात कसं दंगा-मस्ती करत होतो, कागदाच्या होड्या करून त्या पाण्यात कशा

सोडत होतो... शरीराने जमलं नाही, तरी मनाने तरी पुन्हा एकदा लहान मूल बना, मग कोणतीही अडचण जाणवणार नाही.

अशाच प्रकारे उन्हाळा असेल, तेव्हा उन्हाळ्याची मजा घ्या. त्रस्त होण्याऐवजी प्राप्तपरिस्थितीचा स्वीकार करा. मग अचानक गार हवेची एखादी झुळूक येईल, जी आपल्याला एक आगळीवेगळी खुशी आणि शीतलतेची जाणीव करून देईल. वर्तमानात जेव्हा 'होकार' निघतो, तेव्हा सर्वच ऋतू सुंदर आणि मनमोहक बनतात.

उदाहरण ३ :

आपला व्यवसाय उत्तम रीतीने चाललेला असतो; परंतु अचानक मंदीची लाट येते आणि व्यापार काहीसा कमी होऊन जातो. त्यामुळे आपलं उत्पन्न कमी होऊ लागतं. काही लोक जे आपल्याशी नेहमी आदराने वागत होते, ते आता आपल्याकडे लक्ष देईनासे होतात.

अशा स्थितीत स्वतःला विचारा, 'या बदललेल्या परिस्थितीचा मी स्वीकार करू शकतो का?' आपण जरी स्वीकार करू शकलो नाही तरी, 'आपण स्वीकार करू शकत नाही,' हे तर स्वीकारायला हवं. आपण जर या परिवर्तनाचा स्वीकार करू शकलात, तर ते आपल्या विकासाचं कारण आणि पहिलं पाऊल बनू शकेल. मग तुम्ही व्यापार वाढविण्यासाठी वेगळ्या काही पद्धतींचाही विचार करू शकाल.

तक्रारी आणि अस्वीकाराचा अंत होतो, तेव्हा मनुष्याचा निसर्गाशी ताळमेळ बसू लागतो. तो सकारात्मक गोष्टींसाठी ग्रहणशील होतो आणि मग त्या साऱ्या गोष्टी त्याच्याकडे येऊ लागतात, ज्या त्याच्यासाठी बनलेल्या असतात.

मनुष्य जेव्हा बदललेल्या परिस्थितीचा स्वीकार करू शकत नाही, तेव्हा त्याला त्या घटनेमुळे दुःख होतं. **जे परिस्थितीचा स्वीकार करत नाहीत, ते लाचार, असहाय होऊन जगतात.** काही लोक तर या गोष्टीचाही स्वीकार करत नाहीत, की त्यांनी परिस्थितीचा अस्वीकार केला आहे. म्हणून कोणतीही घटना घडल्यानंतर स्वतःला विचारा, 'मी या घटनेचा स्वीकार करू शकतो का?' प्रत्येक वेळी उत्तर वेगवेगळं येऊ शकतं. पण आलेल्या त्या उत्तराचाही स्वीकार करा.

मनात स्वीकाराची भावना नसेल, तर ईश्वराची मूर्तीसुद्धा पाषाणच वाटते. पण स्वीकारभाव असेल, तर दगडातसुद्धा देव दिसू लागतो. कारण

माणसाच्या मनात त्याच्याविषयी भक्तिभाव असतो. जीवनात घडत असलेल्या मोठ्या परिवर्तनानेसुद्धा आनंद आणि प्रसन्नता प्राप्त होऊ शकते, परंतु त्यातून गेल्यावरच हे समजू शकेल. म्हणून कोणत्याही बदलाबाबत सकारात्मक विचारानेच कार्य करायला हवं, त्याचं दुःख उगाळत बसू नये.

ऋतू बदलणं हे मनुष्याच्या हातात नसतं, त्यामुळे तो त्या बदलाचा स्वीकार करू शकतो. अशा प्रकारे ही समजदेखील महत्त्वाची आहे, की आयुष्यात घडणाऱ्या घटनाही आपल्या हातात नसतात. म्हणूनच त्यांचाही स्वीकार करायला हवा. ज्यायोगे मनुष्याच्या मनावर कुठल्याही परिवर्तनाचा नकारात्मक परिणाम होणार नाही.

भाग ५

गरज आणि जागृती

परिवर्तनाची दोन नाणी

घरात पैसे यासाठीच ठेवले जातात, कारण अचानक गरज भासल्यास त्यांचा वापर करता यावा. त्याचबरोबर बाहेर जातेवेळी, प्रवास अथवा खरेदी करण्यासाठी काही रुपये, नाणी सोबत बाळगणं आवश्यक असतं. परंतु या साधारण रुपये-पैशांबरोबरच एक खास नाणंही आपल्यासोबत ठेवायला हवं, ते आहे 'आ' आणि 'इ'चं नाणं.

'आ' आणि 'इ'–

'आ' म्हणजे आवश्यकता, गरज आणि 'इ' म्हणजे इच्छा. इच्छा ही एक अशी आपदा आहे, जी मानवाकडून नको असलेली कामं करून घेते. जे 'आ' आणि 'इ' म्हणजे आवश्यकता आणि इच्छा यांच्यातील फरक जाणतात, ते चुकीच्या आणि मनाविरुद्धच्या कामांमध्ये गुंतले जात नाहीत.

दैनंदिन वापरात असणाऱ्या वस्तू असोत अथवा ऋतू, मनुष्याने त्याकडे आवश्यकतेच्या रूपातच पाहायला हवं. कमी किंवा जास्त याचं दुःख करत बसू नये. जे काही होत आहे, ते आपल्या गरजेनुसार योग्य तेच होत आहे, ही समज बाळगावी.

चला, पुन्हा एकदा पावसाचं उदाहरण घेऊया. पाऊस वाढेल तेव्हा म्हणायचं,

'पावसाची गरज आता वाढली आहे' आणि पाऊस कमी होईल तेव्हा म्हणायचं, 'पावसाची गरज आता कमी झाली आहे.'

मात्र काही ठिकाणी पाऊस कमी झाल्याने तेथे दुष्काळसदृश स्थिती निर्माण होते, अशा वेळी या ठिकाणी पावसाची गरज कमी होती, असंच समजायचं का? होय नक्कीच. कारण तिथल्या लोकांना पावसाचं महत्त्व समजावं. पाण्याच्या कमतरतेमुळे पाणीबचतीचे उपाय शोधून, जेव्हा पाऊस होईल तेव्हा ते पाणी भूगर्भात मुरवून, जलसाठे निर्माण करून त्याद्वारे त्याचं जतन-संवर्धन त्यांनी करावं. जेणेकरून त्यांना पुन्हा कधीही दुष्काळाचा सामना करावा लागू नये.

जसं, पृथ्वीवरील काही प्रदेशात सहा-सहा महिने सूर्यदर्शनच होत नाही. ही स्थिती पृथ्वीच्या परिवहन - परिवलनाच्या विशिष्ट स्थितीमुळे निर्माण झालेली असते. अशा स्थितीत जोवर सूर्यदर्शन होत नाही, तोवर ती काळाची गरज समजायला हवी आणि स्वतःमध्ये परिवर्तन घडवायला हवं. आपल्या अंतरंगातील दुःखद ऋतू बदलला, तर बाहेरच्या ऋतूपासून आपोआपच मुक्ती मिळेल.

सध्या आपली गरज काय आहे, याचा संकेत निसर्ग मानवाला वेळेनुसार देत राहतो. उदाहरणार्थ, माणसाच्या शरीराला व्हिटॅमिन्स, मिनरल्स, प्रोटिन्स अशा पोषकांची गरज असते. परंतु याबाबतचा निर्णय जर त्याला स्वतःलाच घ्यावा लागला असता, तर काय झालं असतं, याचा विचार करा. निसर्ग स्वतःच आपल्यासाठी ही व्यवस्था करतो आहे म्हणून बरं, अन्यथा याबाबतचा अभ्यास करूनच त्याचं डोकं चक्रावलं असतं. जसं, कित्येकदा आपल्या शरीराला आवश्यक असलेलं पोषक अन्न, सर्व जीवनसत्त्वं देणारं भोजन आणि फलाहारच आपल्यासमोर येतो. निसर्ग आपल्या गरजेनुसारच आपलं ताट वाढतो, याची समज असेल, तर तुम्ही ते अन्न आनंदाने ग्रहण कराल; अन्यथा स्वादिष्ट भोजन का मिळत नाही, असा विचार करून आपण अस्वस्थ व्हाल.

अशा प्रकारे आपण नवीन दृष्टिकोनातून घडणाऱ्या परिवर्तनाकडे पाहायला शिकाल. असं परिवर्तन जेव्हा घडू लागेल, तेव्हा आपल्या मनाला सांगा, 'माझ्यासाठी दिव्य योजनेनुसार हे आवश्यकच आहे आणि ते समोर यायलाच हवं. उदाहरणार्थ, आपला एखादा मित्र शहर सोडून दुसऱ्या शहरात जात आहे, अशा वेळी स्वतःला सांगा, 'ठीक आहे, दिव्य योजनेनुसार त्याचं जाणं योग्य असेल, तर तो खुशाल जाऊ दे.' 'दिव्य योजनेनुसार' ही प्रार्थना जशी आपण करू लागता, तशा नवनव्या वस्तू

आपल्याकडे नवीन पैलू, नवा विकास, नवं रूपांतरण घेऊन प्रकटू लागतात. अशा वेळी परिवर्तनदेखील सुंदर होऊन जातं.

म्हणून, बदल होऊ नये हा विचार त्वरित बदला. घटना कोणतीही, कशीही असो; कमीतकमी आपण आपल्या भावना तरी बदलू शकतो. समजा, आपण देवळात गेलो आणि आपल्या चपलेची चोरी झाली. आता त्या वेळी आपण काही करू शकत नाही; पण आपले विचार तरी नक्की बदलू शकतो. आपण विचार करू शकतो, की त्या चपलेची ज्याला गरज होती, त्याच्यापर्यंत ती पोहोचली. अशा प्रकारे आपले विचार बदलण्याचा निर्णय केवळ आपल्यालाच घ्यावा लागेल, देवळातील देवाला नाही.

जागृतीचा 'ज'

ज्याच्याकडे धन असतं, त्याला धनवान म्हटलं जातं; ज्याच्याकडे कणव असते, त्याला कनवाळू म्हटलं जातं. तसंच, ज्याच्याकडे 'ज' म्हणजे जागृती आहे, तो जवान.

एका डॉक्टरांनी आपल्याकडे आलेल्या एका वृद्ध रुग्णाला सांगितलं, ''आता मी तुम्हाला एक असं औषध देतो, ज्यामुळे तुम्ही पुन्हा तरुण व्हाल.'' यावर तो वृद्ध रुग्ण म्हणतो, ''अहो! नको-नको, असं काही करू नका, मी जर तरुण झालो, तर माझं पेन्शन बंद होईल.''

त्यामुळे खरंतर त्याच्या आयुष्यात किती सुंदर परिवर्तन होणार होतं! ही विचार करण्याचीच गोष्ट आहे ना?

मनुष्याला आपल्या लहान-लहान इच्छाच अधिक प्रिय असतात. त्या वृद्ध गृहस्थांना वाटत होतं, की मी तरुण झालो तर पेन्शन बंद होईल. पण तारुण्यामुळे होणारे लाभ ते पाहू शकत नव्हते. त्यांना जागृती मिळू पाहत होती, परंतु पेन्शनच्या छोट्याशा लालसेने त्या परिवर्तनाचा त्यांनी अस्वीकार केला. खरंतर जागृतीचं मूल्य हे पेन्शनपेक्षा कितीतरी पटीने अधिक आहे.

भगवान बुद्धांनी एका आजारी माणसाला तळमळताना पाहिलं, त्या दृश्यानेच त्यांच्यासाठी गुरूची भूमिका निभावली. त्यांची दुःखाशी ओळख झाली. त्या दुःखानेच ते सत्याशी परिचित झाले. त्यालाच त्यांनी आपल्या विकासाचं कारण बनवलं. 'दुःख आहे, दुःखाचं कारण आहे, दुःखाचं निवारण आहे, दुःखमुक्तीची अवस्थाही आहे,' ही समज त्यांना प्राप्त झाली.

एका मनुष्याने भगवान बुद्धांना विचारलं, ''इतकी तपश्चर्या करून आपल्याला काय मिळालं?'' याच्या उत्तरादाखल ''मला ज्ञान मिळालं किंवा शांती मिळाली अथवा कोणती सिद्धी प्राप्त झाली,'' असं ते म्हणाले नाहीत, तर **''मी जागृत झालो,''** असं ते म्हणाले. अर्थात, तपस्येमुळे त्यांना जागृती, सतर्कता प्राप्त झाली.

आता स्वतःलाच प्रश्न विचारा, 'माझी जर इच्छा नसेल, तर इतर कोणी मला दुःखी करू शकेल काय?' हा प्रश्नच आपल्या अंतरंगात जागृती आणेल. मनुष्याचं मन जर ग्रहणशील आणि स्वीकारभावाच्या अवस्थेत असेल, तर कोणत्याही परिस्थितीत त्याच्यात जागृती येऊ शकेल.

भाग ६

प्रत्येक ऋतूचा स्वीकार करा

हरमोसमी बना

'इनाम' गावात 'सार्थक' नावाचा मनुष्य राहत असे. तो विनाकारणच चिंताग्रस्त होत असे. जणू त्याला ती सवयच जडली होती. अगदी छोटी छोटी गोष्टही त्याच्यासाठी त्रासाचं कारण ठरत होती. काही घडलं रे घडलं, की त्याच्या तक्रारी सुरू होत असत. इतकंच नाही, तर तो मनुष्य बदलणाऱ्या प्रत्येक ऋतूमुळेही त्रस्त असे.

एकदा त्या गावात कडाक्याची थंडी पडली होती. त्यामुळे तो कामासाठी घराबाहेर पडू शकत नव्हता. मात्र, अशा परिस्थितीतही त्याने निसर्गाला दोष देणं आणि तक्रारी करणं काही थांबवलं नाही. त्याच्या गावकरी साथीदारांनी मात्र गारव्याचा खूप आनंद घेतला. ते त्या हंगामात मिळणाऱ्या रसाळ फळांचा आस्वाद घ्यायचे... गावच्या चावडीवर शेकोटी पेटवून शेकत बसायचे... तासन्‌तास गप्पा मारायचे... मुलांना गोष्टी सांगायचे... सकाळच्या कोवळ्या उन्हात बसून गरमागरम चहाचे घुटके घेत त्याचा आनंद घ्यायचे... लोकरीच्या उबदार कपड्यांच्या कोमल स्पर्शाचा आनंद घ्यायचे... नियमित व्यायाम आणि स्वास्थ्यवर्धक पदार्थ यांसारख्या पोषक गोष्टींचं सेवन करून, आपल्या दैनंदिन आयुष्याला आणखी सशक्त करण्याचं कार्य करत राहायचे. परंतु सार्थकला अशा कोणत्याही गोष्टीत सार्थकता दिसत नव्हती. तो फक्त सर्वांमध्ये चुकाच शोधायचा, टीकाटिप्पणी करत राहायचा. जेव्हा कधी बोलायचा, तेव्हा नकारात्मकच

बोलायचा. त्याचं मन कोणताही बदल स्वीकारण्याच्या स्थितीत नव्हतं. 'हे परमेश्वरा, इतकी थंडी का पडलीय? बघ, मी किती गारठलो आहे, किती त्रास होतोय, तू लवकरात लवकर हा ऋतू बदलून का टाकत नाहीस?' अशी प्रार्थना तो ईश्वराकडे करत असे.

देव म्हणाला, 'ठीक आहे, होऊ दे तुझ्या मनासारखं. तुझ्या सांगण्यावरून मी ऋतू बदलतो, हा घे उन्हाळा.'

आता उन्हाळ्यास सुरुवात झाली. परंतु, सार्थक मात्र वातावरणातील हा नवा बदलही स्वीकारू शकला नाही आणि त्रस्त होऊन दु:खीच राहिला. तो उन्हाने घामाघूम आणि बेजार होत असे. उन्हाच्या प्रखरतेमुळे घरातच दडून बसत असे. कामासाठीही तो घराबाहेर पडत नसे.

उन्हाळ्याच्या दिवसांत लाल-केशरी रंगाने बहरलेला गुलमोहर, सुगंधी फुलं, रसदार गोड आंबे, थंड आणि स्वादिष्ट सरबत, मोठ-मोठ्या झाडांची शीतल छाया, नदीच्या पाण्यात उड्या मारत तासन्तास पोहण्याचा आनंद घेणं, अशा गोष्टी सोडून, तो तक्रारींचं गाठोडंच घेऊन बसला होता. त्यामुळे त्याला हा उन्हाळा म्हणजे आग ओकणाऱ्या भट्टीसारखाच वाटत होता.

या त्रासाने वैतागल्यामुळेच त्याने पुन्हा देवाची आठवण काढली, 'हे परमेश्वरा! इतकं गरम का होतंय? जरा बघ तरी, मी किती घामाघूम होतोय. तू लवकरात लवकर हा ऋतू बदलून टाक बाबा!' ईश्वराने पुन्हा प्रकट होऊन म्हटलं, 'ठीक आहे, तुझी ही इच्छाही पूर्ण करतो.'

मग पावसाळा आला, सोबतीने दरवळणारा मोहक मृद्गंध घेऊन आला. ढग गरजू लागले. विजा कडाडू लागल्या. आकाशातून रिमझिम जलधारा बरसू लागल्या. पावसाच्या त्या टपोऱ्या थेंबांनी ध्वनित होणारं संगीत, धरित्रीच्या कुशीतून अंकुरणाऱ्या नव्या बीजांचा जन्मोत्सव, कृष्णमेघांच्या स्वागताचं मोरांचं मनोहारी नृत्य पाहण्यासारखंच असे. परंतु सार्थक मात्र हा बदलही स्वीकारू शकला नाही आणि आपल्या जुन्या सवयीनुसार तेच ते रडगाणं गाऊ लागला, 'सगळीकडे पाणीच पाणी झालंय, चिखल साचलाय, कामासाठी घराबाहेरही पडता येत नाहीये.'

आता सार्थकने पुन्हा ऋतुबदलासाठी ईश्वराकडे प्रार्थना केली. मात्र आता ईश्वराने त्याला समजावत म्हटलं, 'तक्रारी करण्याऐवजी प्रत्येक ऋतूत आणि प्राप्तपरिस्थितीत आनंदी राहण्याचे उपाय शोध. प्रत्येक ऋतूनुसार परिवर्तन तर होतच राहणार; पण त्याच्या

अनुकूलतेसाठी त्यावर उपायही उपलब्ध आहेत.' 'परिवर्तनामागील वास्तव' समजावून सांगताना देवाने सार्थकला सांगितलं, 'ऋतुबदल तर होतच राहणार. कोणताही एकच ऋतू कायम राहू शकत नाही. अगदी तसंच, मानवी जीवनातही सुख-दुःखरूपी ऋतू येत-जात राहतात. परिवर्तन हा तर निसर्गाचा नियम आहे. त्यानुसार आपल्यालाच बदलावं लागेल. ऋतुमानानुसार स्वतःत बदल घडवावा लागेल, तरच आपण हरमोसमी होऊन ऋतुचक्रातून मुक्त होऊ शकाल.'

मानवी जीवनातही कितीतरी ऋतू येत-जात असतात, हाच बोध या कथेतून मिळतो. ऋतू काही प्रत्येक दिवशीच यशाची सोनेरी किरणं घेऊन येऊ शकणार नाहीत, कधीकधी ते अपयशाचे काळे ढगही घेऊन येतील. यशाचा आनंद उपभोगणाऱ्या मानवास विपरीत परिस्थितीचा स्वीकार करणं कठीणही होऊ शकेल. परंतु जर तो परिवर्तनासाठी सज्ज असेल, तर अपयशातही यशाची नवी सूत्रं शोधू शकेल.

सर्वच ठिकाणी एकसारख्या अनुभवाची प्रचिती होत नसते. कुठे प्रेमाचा ओलावा, आपुलकीचं दर्शन होतं, तर कुठे कठोरताही अनुभवास येते. परंतु स्थित्यंतरासाठी सज्ज असलेला मनुष्य अशा कठोर परिस्थितीलाही प्रेमाने जिंकू शकतो, यशात बदलू शकतो.

प्रत्येक वेळी सर्व गोष्टी आपल्या मनासारख्या घडत नाहीत, कधी कधी काही गोष्टी मनाविरुद्धही घडतात. परंतु, जो मनुष्य बाह्यपरिवर्तनाशी जुळवून घेतो, तो विपरीत परिस्थितीतही मन लावून काम करून त्याही स्थितीचा आनंद उपभोगू शकतो.

पृथ्वी फिरत राहते, जग बदलत राहतं, ऋतुबदल होत राहतो... उगवणारा प्रत्येक दिवस एक नवं रूप घेऊन उगवत असतो. जो या परिवर्तनासाठी सज्ज नसतो, तो आपत्तींच्या आघातांनी त्रस्त होत राहतो. ज्याला सर्व काही मान्य असतं, ज्याच्यात स्वीकारभाव असतो, तो ऋतू आणि स्थिती यांतून मुक्त होतो. दुःखाचे काळे ढग दाटून आल्यावरही तो निराश होत नाही, कोमेजत नाही, तर सदाफुलीच्या फुलांसारखं नेहमी बहरलेला, प्रफुल्लित राहतो. आपल्यालाही या ऋतुचक्रातून मुक्त व्हायचं आहे का? सदाबहार – हरमोसमी बनायचं आहे का? 'तर म्हणा हो...!'

भाग ७

अनुकूलनशील बना

जसा देश तसा वेश

एक लोककथा आहे - एकदा एक शेतकरी आपलं पीक चांगलं न आल्यामुळे देवावर नाराज होऊन तक्रार करत होता, 'भगवंता, तू कधी दुष्काळ, कधी वादळ, तर कधी अवकाळी पाऊस पाडतोस, त्यामुळे माझ्या पिकांची नासाडी होते. हे वातावरण बदलणं जर माझ्या हातात असतं, तर पीक खूप चांगलं आलं असतं बघ. तुझ्या या अवकाळी पावसाने सगळ्यांचं नुकसान होतं.'

त्या शेतकऱ्याकडून अशा तक्रारी कित्येकदा ऐकल्याने एकदा देवाने त्याला दर्शन दिलं आणि निसर्गचक्राच्या संचालनाचं काम एका वर्षासाठी त्याच्या हाती सोपवलं. आता तो शेतकरी त्याच्या गरजेनुसार पाऊस पाडू लागला आणि वादळवाऱ्याला तो प्रतिबंध करू लागला. उन्हाची गरज जेव्हा भासत असे, तेव्हाच तो सूर्यदर्शन घडू द्यायचा. परंतु आपल्या पिकांना मात्र तो कडक उन्हापासून वाचवून सुरक्षित ठेवायचा. अशा प्रकारे आपल्या पिकांना सर्व संकटांपासून तो वाचवत राहिला. शेवटी त्याला आपलं गव्हाचं पीक उत्तमरीत्या बहरल्याचं जाणवलं. परंतु जेव्हा पिकाची कापणी झाली, तेव्हा आतमध्ये तर गव्हाचे दाणेच नव्हते, असं त्याला आढळलं. ते पाहून शेतकऱ्याने देवाला प्रश्न विचारला, 'देवा, हे तू काय केलंस?'

देवाने सांगितलं, 'जे काही केलंय, ते तूच केलंय, सृष्टिचक्र संचालित करण्याची जबाबदारी तूच तर स्वतःवर घेतली होतीस. ओंब्यांमध्ये गव्हाचे दाणे भरले नाहीत, कारण तू त्या पिकाला सर्व तऱ्हेच्या वातावरणातून योग्य प्रकारे जाऊच दिलं नाहीस. तुला हवं असणारं वातावरण निर्माण झाल्याने त्याच्यावर कोणतंही संकट आलं नाही. त्यामुळे संघर्ष करण्याची शक्तीच ते पीक हरवून बसलं. अशा स्थितीत त्याच्यातील सर्जनशीलताही नाहीशी झाली आणि त्या ओंब्या पोकळच राहिल्या.'

अशा प्रकारे आपल्या आयुष्यातदेखील अनेकदा आपत्तिजन्य परिस्थिती उद्भवते, तेव्हा तिला परिश्रमपूर्वक सामोरं गेल्यानेच मनुष्य तिच्यासाठी अनुकूलनशील बनतो.

इंग्रजीत एक अतिशय सुंदर शब्दप्रयोग आहे, "be adaptable' म्हणजे आयुष्यातील प्रत्येक परिस्थितीसाठी मनुष्याने अनुकूलनशील बनायला हवं. अनुकूलनशीलतेचा अर्थ आहे- जशी परिस्थिती, अथवा वातावरण असेल, त्याच्याशी समरस होऊन जाणे, मिसळून जाणे.

जसं, एखादं लाकूड वर्षानुवर्षं ऊन-पाऊस आणि थंडीमध्ये पडून राहतं, तेव्हा कुठे ते अत्यंत मजबूत आणि टिकाऊ बनतं. त्याच्यावर वातावरणाचा कोणताही परिणाम होत नाही. मग असं लाकूड इतकं सशक्त होतं, की ते घर बांधण्यासाठी अथवा फर्निचर बनविण्यासाठी वापरलं जातं. अशा लाकडावर एक प्रकारची चमकही दिसू लागते आणि ते दीर्घकाळ टिकतंदेखील.

अशाच प्रकारे, बर्फाळ प्रदेशात राहणाऱ्या लोकांना थंडीची सवय झाल्याने, थंडीबाबत ते सहनशील होतात. तसंच, उष्ण हवामान असलेल्या प्रदेशातील लोकांना उन्हाची सवय होते.

एका उदाहरणाद्वारे हे समजून घेऊ. जसं- सर्वसामान्य माणसाच्या शरीरावर एक बुक्का (फटका) मारल्याने त्याला जितकी वेदना होते, तितकी वेदना कुस्तीगीर अथवा मुष्टियुद्ध खेळाडूंना होत नाही. कारण वर्षानुवर्षांच्या सरावाने त्यांच्या मांसपेशींना मार खाण्याची सवय झालेली असते.

त्याचप्रमाणे आयुष्यातील बदलत्या परिस्थितीलाही अशाच प्रकारे अनुकूल बनवून सहज जीवन जगता येण्यासाठी मनुष्याने आपल्या मनाला प्रशिक्षण द्यायला हवं. जसं भगवान श्रीराम वनवासात जाऊन, तेथील वन्यजीवनाशी एकरूप झाले होते. अगदी

तसंच, आपल्यालाही वेगवेगळी परिस्थिती, घटनांचा गुंता सोडवून नवनिर्माण करावं लागेल. मनुष्य आयुष्यात जर काही मिळवू इच्छित असेल, तर त्याला बसल्याजागी सर्वकाही मिळत नाही, नवनवी ठिकाणं पादाक्रांत करावीच लागतात. परंतु तो त्या परिस्थितीशी स्वत:ला अनुरूप करू शकत नाही, त्यामुळे तो त्या परिस्थितीचा पूर्णपणे लाभ घेऊ शकत नाही. परंतु मनासारखी अनुकूल परिस्थिती नसेल, तेव्हा प्राप्तपरिस्थितीनुसार त्याने स्वतःला बदलायला हवं. ज्या मनुष्यात हा सद्गुण असतो, तो प्रत्येक ठिकाणी, प्रत्येक स्थितीत आनंद उपभोगू शकतो. त्यामुळे त्याच्या आयुष्याच्या गुणवत्तेचा अधिकाधिक उत्कर्ष होतो.

उदाहरणार्थ, निसर्गात वेगवेगळे प्राणी आहेत. तेव्हा काही गोष्टी समजून घेण्यासाठी त्यांच्यावर विविध प्रयोग केले गेले.

एकदा एका माकडावर प्रयोग करून अभ्यासलं गेलं, की त्याचं आयुष्य इतर माकडांपेक्षा जास्त का आहे? त्यावेळी त्याच्यात एक गुण आढळून आला, तो म्हणजे वातावरणानुकूल होण्याचा. हा गुण त्याचा मूळ स्वभावच होता. म्हणजे तो जे काही खात असे, ते त्याला पचत असे. एखाद्या वेळी चुकून एखादा दगड जरी खाण्यात आला, तरीही त्याला काही बाधा होत नसे. परंतु इतर प्राण्यांनी जर तसं केलं, तर त्यांना त्रास होत असे.

मनुष्याच्या बाबतही बहुधा असंच घडत असतं. त्याला वेगवेगळे अन्नपदार्थ खायला मिळतात. त्यातील काही तो खाऊ शकतो, तर काही पदार्थ तो खाऊ शकत नाही. एखाद्याला त्याच्या वात, पित्त अथवा कफप्रकृतीमुळे काही पदार्थ अपथ्यकारक असतात, तर कोणाला त्याच्या रुचिरेमुळे काही पदार्थ आवडत नाहीत. परंतु केवळ आपल्या रसनेला एखाद्या पदार्थाचा स्वाद आवडत नसेल, तर निग्रहाने तो खावा लागेल, त्यासाठी अनुकूलनशील बनावं लागेल. जेणेकरून आपल्याला असं म्हणता यावं, 'आता जे काही मिळालंय, त्यातच समाधान आहे.'

जी परिस्थिती लाभली आहे, तिच्याशी समरस व्हायला हवं. सर्वसामान्य ज्ञानाचा उपयोग करत, प्रत्येक परिस्थितीत जगण्याची शक्ती आपल्या अंतरंगात निर्माण करायला हवी. हनुमानाविषयी तर आपण ऐकलंच असेल, की ते कसं गरजेनुसार कधी सूक्ष्मरूप, तर कधी विशालकाय स्वरूप धारण करत असत. तसंच, आपल्यालाही परिस्थितीनुसार कार्य करायचं आहे. प्राप्त परिस्थितीशी एकरूप होण्याचा गुण आपल्या अंतरंगात निर्माण करायचा आहे.

भाग ८

परिवर्तनाने विरोधाचा अंत करा

नवरोध आणा

विरोध आणि दुःख या एकाच नाण्याच्या दोन बाजू आहेत, हे आपल्याला ठाऊक आहे का? या नाण्याच्या एका बाजूला विरोध आहे, तर दुसरीकडे दुःख. परंतु ही गोष्ट खूपच कमी लोक जाणतात, समजू शकतात. उदाहरणार्थ, एक मनुष्य फिरायला जाताना नवा, सुंदर बूट घालतो. खरंतर तो बूट त्याच्या पायाला आतून चावत असतो. त्यामुळे त्याला चालायलाही त्रास होत असतो. परंतु सर्व लोक, 'व्वा! किती छान बूट आहे, तो घातल्यामुळे तू किती उंच दिसतोस, स्मार्ट आणि डॅशिंग वाटतोस, तुझं व्यक्तिमत्त्व अगदी उजळून निघालंय,' असं त्या मनुष्याचं कौतुक करत असतात. त्यामुळे त्रास होत असतानाही तो मनुष्य तोच बूट घालून वावरतो. प्रशंसेपोटी तो दिवसभर त्रास सहन करत राहतो. इतकंच नाही, तर दुसऱ्या दिवशीही पुन्हा तोच बूट घालून घराबाहेर पडतो.

अशा वेळी मनुष्याने विरोध केल्याने काय मिळतं, हे पाहायला हवं. दिखाऊपणाच्या नादात, म्हणजेच शरीराकडून विरोध होत असतानाही तो स्वतःला शिक्षा देत राहतो, दुःखी होत राहतो. जेव्हा आपण असं विरोधपूर्वक कार्य कराल, तेव्हा दुःखापेक्षा आणखी काय मिळणार? कारण आपलं हे काम आपल्या इच्छेविरुद्ध असतं.

आंतरिक ऋतूपासून मुक्ती म्हणजे विरोधापासून मुक्ती. आज माणसाचं जीवन

यंत्रवत झालं आहे. असं झालं तर आनंद, तसं झालं तर दुःख. थोडं थांबून तो स्वतःला कधी विचारतच नाही, की 'मला हे आवडत नाही, तर या मागचं कारण काय असेल? हे सगळ्यांनाच आवडत नसेल का?' विचाराल तर उत्तर मिळेल. 'सर्वांनाच याचा त्रास होत नाही, कारण काही लोक या गोष्टीचं समर्थनही करतात. अशा घटनांतून ते आनंदही घेत असतात.' आज आपण या गोष्टीचं समर्थन करू शकत नसाल, तर विरोधही करू नका, ही समज असायला हवी. विरोध असू नये म्हणजे, त्याला याचा लाभ झाला... त्याला ते मिळालं... मग माझ्याच नशिबात असं का आलं... असा कोणताही विरोध नसावा. असं व्हायला हवं, तसं घडू नये, आम्ही हे काम करणार नाही, असा कोणताही विरोध जेव्हा नसेल, तेव्हा ती 'नवरोध' अवस्था असेल.

नवरोध म्हणजे नवा रस्ता, विकासाकडे घेऊन जाणारा नवा मार्ग. हा नवरोध तेव्हाच मिळेल, जेव्हा आपण स्वतःला याची जाणीव करून द्याल, की 'पाहा, मला दुःख होत आहे, म्हणजेच विरोध आहे.' मनुष्य जेव्हा स्वीकारभावात असतो, तेव्हा आयुष्यात नवरोध येतो. इतर लोक ज्या स्थितीचा विरोध करून थांबतात, त्या स्थितीतील फरक समजणारा माणूस अधिक क्षमतेने कार्य करून नवरोध अवस्थेप्रत पोहोचू शकतो.

दुःखामुळे विकासाच्या मार्गात अडथळे निर्माण होतात, मनुष्य आपली सदसद्विवेकबुद्धी हरवून बसतो. त्यामुळे त्याच्या विचारांवर नकारात्मकतेचा प्रभाव वाढून तो पुढे वाटचाल करू शकत नाही. अशा स्थितीत जेव्हा कधी दुःखद भावना दाटू लागेल, तेव्हा ही नवी समज बाळगा, की ज्या वेळी मनुष्याच्या मनात विरोध असतो, खरंतर तीच वेळ त्याच्या कामाची असते... तीच त्याला बोध देईल... तीच मनुष्याच्या अंतरंगातील अंधकार हटवून तो कोपरा प्रकाशाने उजळून टाकेल. जसं- काही लोक कामचुकार असतात. पण त्यांच्यामुळेच लोकांना समजतं, की कामचोरीमुळे काय काय दुष्परिणाम होऊ शकतात. एखादा मद्यपी रस्त्यावर अस्ताव्यस्त पडलेला असतो. त्याला पाहून लोक विचार करतात, आपण दारू कधीही प्यायची नाही. या घटना जर आपल्याला काही शिकवत असतील, बोध देत असतील, तर याचाच अर्थ, विरोध नाही.

आपल्याला जर समस्यांची योग्य ओळख असेल, तर विरोध निर्माणच होणार नाही. परंतु याचा अर्थ असासुद्धा होत नाही, की काहीही नकारात्मक घडलं, तरी त्यावर आपण काम करायचं नाही. योग्य वेळी योग्य ते घडायलाच हवं. जिथे गरज आहे, तिथे

विरोध हा झालाच पाहिजे. परंतु कुठलंही काम करताना मनुष्याच्या मनात विरोध नव्हे, तर योग्य समज असायला हवी. जसं, एखादा चोर चोरी करून पळत असेल, तर पोलीस त्याला पकडणारच. चौर्यकर्माला पोलिसाचा विरोध असणं अजिबात चुकीचं नाही. कारण पोलिसाला हे पूर्णपणे ठाऊक आहे, की आपण जे करत आहोत, तेच आपलं आद्यकर्तव्य आहे.

महाभारतात भगवान श्रीकृष्ण दुर्योधन आणि दुःशासन यांच्या विरोधात होते. कारण हस्तिनापुरात दुःशासनाचा अन्यायी राज्यकारभार होता. तिथं कुणीही सुरक्षित नव्हतं. त्यामुळे अशा जुलमी राजवटीचा विरोध करणं आवश्यकच होतं. भगवान श्रीकृष्णांनी अकर्मभावाने विरोध केला होता. त्यांच्या मनात कौरवांविषयी तिरस्काराची भावना नव्हती. त्यांनी कौरव आणि पांडव दोन्ही पक्षांना समान संधी दिली. कौरवांचा स्वभाव भगवान श्रीकृष्णांनी स्वीकारल्याने बाह्यदृष्ट्या ते त्यांच्या विरोधात असल्यासारखं भासत होते. मात्र त्यांच्या अंतरंगात नवरोध होता.

जसं, शिक्षक आपल्या विद्यार्थ्यांना शिकवताना विद्यार्थ्यांकडून जर एखादी चूक झाली, तर त्याची शिक्षासुद्धा देतात. म्हणजेच विद्यार्थ्यांच्या अयोग्य वर्तणुकीचा ते विरोधही करत असतात. परंतु त्यांच्या मनात मात्र आपल्या विद्यार्थ्यांविषयी प्रेम असतं, नवरोध असतो.

हीच गोष्ट कित्येकदा आई-वडिलांनाही लागू होते. कधी कधी ते आपल्या मुलांना रागवतात, त्यांना विरोध करतात. मात्र त्यांच्या मनात मुलांविषयी नवरोध असतो. कारण त्यांची कृती ही त्यांची भूमिका आहे. भूमिका समजून जेव्हा एखादं काम केलं जातं, तेव्हा ते आनंदाने होतं. बाह्यदृष्ट्या ते विरोधात दिसत असलं, तरी अंतर्मनात मात्र नवरोध असतो. योग्य समज बाळगून केलेलं विरोधी काम हेदेखील आयुष्यात गुरूंचीच भूमिका बजावतं.

नकारात्मक भावना आणि चुकीच्या समजुतींरूपी शृंखलेने जखडलेला मनुष्य कधीही पुढे जाऊ शकत नाही. जो यातून मुक्त होतो, तोच पुढील मार्गक्रमण करू शकतो. म्हणून आपल्याला त्या बंधनातून मुक्त व्हायचं आहे, जे प्राप्त परिस्थितीचा स्वीकार आपल्याला करू देत नाही. आपल्याकडून विरोधच करवून घेतं. पण बंधनातून मुक्त होऊनच स्वातंत्र्यप्राप्ती होऊ शकते, नवरोध अवस्था प्राप्त करता येते.

भाग ९

परिवर्तनाद्वारे नवनिर्मिती

दडलेला नजराणा ओळखा

गरुड हा एक असा पक्षी आहे, जो सामान्यतः ७० वर्षांपर्यंत जगतो. परंतु आयुष्यातील ४० व्या वर्षी त्याला महत्त्वाच्या शारीरिक घडामोडींतून जावं लागतं. चाळिशी ओलांडताना त्याच्या शरीराचे तीन प्रमुख अवयव निष्प्रभ होऊ लागतात. जे पंजे सावजाला जखडण्यासाठी आणि त्याला ओरबाडून छिन्नविछिन्न करण्यासाठी तीक्ष्ण आणि धारदार बनलेले असतात, त्यांच्या नख्या वाढून ते आपली तीक्ष्णता गमावून बसतात. त्यामुळे सावजावरील पकड कमकुवत होत जाते. चोचीच्या टोकाला बाक येऊन ती वाकडी होऊ लागते. मग भक्ष्य सेवन करण्यास अडथळा निर्माण होऊन त्याला त्रास होऊ लागतो.

त्यानंतर एक वेळ अशीही येते, जेव्हा तो कमकुवत पायांमुळे आपल्या वजनापेक्षा जास्त असलेली शिकारसुद्धा त्याच्या पंजांनी उचलण्यास असमर्थ ठरतो. पंख जड झाल्याने ते पूर्णपणे उघडू शकत नाही म्हणून ते छातीशी धरून उडण्यात बाधा निर्माण होते. अशा स्थितीत उदरनिर्वाहासाठी सावज शोधणं, त्याची शिकार करणं आणि त्या शिकारीचा फडशा पाडणं या तीनही प्रक्रियांबाबत तो दुबळा ठरतो.

यावर मात करण्यासाठी गरुड एखाद्या उंच पर्वतावर जाऊन, तेथील निर्जन स्थळी

आपलं घरटं बनवतो आणि स्वतःला पुनर्स्थापित करण्याच्या प्रक्रियेस आरंभ करतो. सर्वप्रथम तो आपल्या बाकदार चोचीला दगडावर आपटून तिचं टोक तोडायला सुरू करतो. कोणत्याही जीवाला आपली चोच तोडावी लागणं याहून अधिक त्रासदायक असं आणखी काय बरं असू शकेल? परंतु गरुड संघर्ष करण्यास शिकतो. आयुष्याने बाजी मारून त्याला कमकुवत केलं असलं तरी, तो हरलेला डाव पुन्हा जिंकण्यासाठी पुरेपूर प्रयत्न करतो. आपल्या रक्तबंबाळ चोचीचे तुकडे पाडून पुन्हा नवी चोच येईपर्यंत वाट पाहतो. त्यानंतर गरुड आपल्या सैल, कुचकामी झालेल्या नख्यांनासुद्धा अशाच प्रकारे तोडून, उपटून टाकतो आणि ती नखे पुन्हा उगवण्याची प्रतीक्षा करत राहतो. शेवटी आपल्या जड झालेल्या पंखांतील पिसांना एक एक करून उपटून टाकतो आणि पुन्हा नवा पिसारा उगवण्याची वाट पाहतो.

१५० दिवसांच्या अथक परिश्रमांनंतर आणि कठीण यातना सहन केल्यानंतर गरुडाला पुन्हा भव्य आणि उंच अशी आकाशभरारी घेण्याची ऊर्जा, शक्ती प्राप्त होते. आपल्यावर आलेल्या संकटावर मात करून तो पुन्हा परततो. आता पुनर्स्थापनेनंतर तीस वर्षे तो पुन्हा आपल्या त्याच जुन्या ऐटीत, नव्या उमेदीने जगतो, जसं आधी राजासारखं जगत होता.

ही वस्तुस्थिती आहे की कपोलकल्पित घटना, यात न अडकता या उदाहरणातून आपण काय शिकू शकतो, ते अधिक महत्त्वाचं आहे. गरुडाला पुनर्जन्म मिळण्यासाठी कठीण परिस्थितीला सामोरं जावं लागतं. पण मनुष्याला तर निसर्ग उत्तम आयुष्य जगता येण्यासाठी परिवर्तन बहाल करतो. खरंतर परिवर्तनामुळेच मानवी जीवनातही नवनवीन गोष्टींचं निर्माणकार्य घडत असतं.

परिवर्तन मनुष्याच्या आयुष्यात नावीन्य घेऊन येतं. म्हणून त्याला नाकारण्याआधी त्याच्यातील सौंदर्य पाहायला शिका. आयुष्यात आलेलं परिवर्तन मनुष्यासाठी नवा उपहार घेऊन येत असतं. मात्र तो बघण्याआधीच मनुष्य तक्रारी करू लागतो, 'असं व्हायला नको होतं... तसं झालं असतं तर बरं झालं असतं...' इत्यादी. म्हणून आधी आपल्याला अशा तक्रारींतून मुक्त व्हायचं आहे.

एखादी वस्तू जेव्हा बदलली जाते किंवा तिची तूट-फूट होते, तेव्हा माणसाला खूप दुःख होतं, 'अरे, ती माझी अत्यंत आवडती वस्तू होती,' परंतु असं घडलं तर ही समज असायला हवी, की आता या जागी नवं काही येणार आहे. कारण जुनं गेलं, तरच नवं येतं. अर्थात, जुनं नष्ट होणं, ही नव्याच्या आगमनाची तयारी असते.

जसं- काही लोकांना दुकान सोडावं लागलं तर ते व्यवसायासाठी स्थानांतर करतात. चांगला चाललेला, जम बसलेला व्यवसाय सोडून जाताना या लोकांना खूप दुःख होतं. परंतु कालांतराने तेच लोक म्हणतात, 'बरं झालं आम्ही जागा बदलली, आता आमचं खूपच चांगलं चाललंय. आम्ही या ठिकाणी आलो आणि आमचा व्यवसाय पहिल्यापेक्षा कितीतरी पटीने वाढला. नाव मिळालं, प्रसिद्धी मिळाली. पहिल्यापेक्षा जास्त वेगाने भरभराट होतेय, सुख-समृद्धी लाभतेय. आता ग्राहकांची संख्या खूपच वाढलीय...' इत्यादी.

लोकांना नेहमीचे छोटे-मोठे बदलही त्रासदायक ठरत असतात. जसं, शेजारी बदलले, सहकारी बदलले, कामाची जागा बदलली, रोजचा बसचा मार्ग बदलला इत्यादी. परंतु आयुष्यात घडणारी कोणतीही घटना ही आपल्याला एखादा उपहार देण्यासाठीच घडते. **'चेंज इज गुड, गुड इज गॉड.'** 'परिवर्तनातच परमेश्वर.' सर्वसाधारणपणे दैनंदिन आयुष्यात बदल झाला, की मनुष्य आपलं स्वास्थ्य हरवून बसतो. खरंतर या परिवर्तनाचा स्वीकार केल्यानेच त्याला मनःशांती लाभते.

उदाहरणार्थ- दररोज जेवणाचा डबा देणाऱ्याने जर एके दिवशी अचानक डबा देणं बंद केलं, तर माणसाला तितकासा त्रास होणार नाही. कारण तो विचार करेल, 'चला, बरं झालं. आता याहून अधिक चांगलं जेवण देणारा कोणीतरी भेटणार आहे. आपल्याला स्वास्थ्यवर्धक वाटेल, अशा पद्धतीचं योग्य भोजन देणारा कोणीतरी मिळेल.' अशा प्रकारे माणूस परिवर्तनामागे दडलेला उपहार सहजतेने आपल्याकडे येऊ देईल.

ही समज असल्याने उपहारावरील वेष्टन उघडलं जाईपर्यंत त्याला कोणताही त्रास जाणवणार नाही, की तो कोणतेही अंदाज, अनुमान लावत बसणार नाही. परिवर्तनाद्वारे मिळणारे नवे संकेत जाणून आपल्याला इतर पर्याय शोधायचे आहेत. स्वास्थ्य बिघडलं, वातावरण बदललं, व्यापारस्थिती बदलली, ठीक आहे, काही हरकत नाही. अशा वेळी स्वतःला सांगायचं, 'मला माहीत आहे, हे तर होणारच होतं. आता सर्वकाही नवं घडणार आहे. नवे उद्योग सुरू होतील, नवनिर्मिती होईल.' जसं, नवे नातेसंबंध जुळू लागतील, नवचैतन्य लाभेल, काही नव्या गोष्टींचं स्वातंत्र्य मिळू लागेल. यानंतर जर काही बदल, परिवर्तन झालं नाही, तर मनुष्य म्हणतो, काहीतरी बदल घडायलाच हवा, त्याशिवाय काही मजा येणार नाही, आनंद मिळणार नाही.

जीवनात कोणत्याही प्रकारच्या परिवर्तनाला सामोरं जाऊनच, मनुष्य त्या

परिस्थितीतून बाहेर पडू शकतो. प्राप्त परिस्थितीचा विचार करून त्यातून बाहेर पडण्याचा मार्ग निश्चितच शोधता येतो. उदाहरणार्थ, आपण जर एखाद्या नव्या शहरात, राज्यात किंवा देशात जाण्याचा विचार करत असाल, तर जाण्यापूर्वी त्याविषयी जितकी अधिक माहिती मिळवता येईल, तितकी मिळवा. आपण कुठे फिरायला जाणार असाल, तर तिथे काय परिस्थिती असेल, आपण तिथे काय काय करणार आहात याची एक रूपरेषा आखा, कार्ययोजना बनवा. जसं, आपण कोणत्या हॉटेलमध्ये थांबणार आहोत... तिथे पाहण्यासारखं काय काय आहे... इत्यादी. अशी आपल्या विचारांना योग्य दिशा द्यायची असते. परिस्थितीत बदल झाला तर दुःखद विचारांकडे दुर्लक्ष करून सकारात्मक, आनंदी आणि उत्साही विचारांवर लक्ष केंद्रित केल्याने, मनुष्य निसर्गातील तरंग सहजरीत्या पकडू शकतो.

अशा प्रकारे परिवर्तन आपल्यासोबत नवनवीन संधी, नव्या शक्यता घेऊन येत असतं. मनुष्य जेव्हा खुल्या मनाने परिवर्तनाचा स्वीकार करतो, तेव्हाच तो त्या संधीचा लाभ घेऊ शकतो. म्हणून नव्याचं स्वागत करायला शिका.

भाग १०

'आह!' ऐवजी 'वाह' कसं निघेल

अनुमोदन देण्याची कला शिका

आज आपल्या आयुष्यात जे काही चांगलं-वाईट घडतंय, तो आपल्याच प्रार्थनेचा परिणाम आहे. या गोष्टीवर सहजासहजी आपला विश्वास बसत नाही; परंतु हे वास्तव आहे. मनुष्य कित्येकदा बेहोशीत प्रार्थना करतो. कळत नकळत तो अशा कित्येक गोष्टींना अनुमती देतो, ज्या बहुधा त्याच्यासाठी हितकारक नसतात. अशा स्थितीत त्याची प्रार्थना तर पूर्णत्वाला जाते; परंतु कुठे ना कुठे तो आपल्या निर्णयावर नाराज असतो.

जसं, एखादा नोकरदार मनुष्य प्रार्थना करतो, 'माझा जर मोठा व्यवसाय असता तर...' पण आपण तो व्यवसाय सांभाळू शकतो का, या गोष्टीबाबत तो स्वतःही अनभिज्ञ असतो. एखाद्या मनुष्याला वाटतं, आपली एखादी शानदार कार असावी. पण जिथे तो राहत असतो, तिथे पक्का रस्ताही नसतो. कच्च्या पायवाटेवर मोठमोठे खड्डे असतात. मग अशा स्थितीत त्याची कार कशी बरं चालू शकेल? एखाद्या मनुष्याला शहरापासून दूर, कुठेतरी निर्जनस्थळी, उंच ठिकाणी एकांतात आलिशान बंगला हवा असतो. परंतु अशा बंगल्यात एकलकोंडेपणाने राहून तो त्रस्तच होईल. कारण तिथे त्या बंगल्यात त्याच्याकडे कोणी येणारच नाही. मग जर दूरदूरपर्यंत मनुष्याचा ठावठिकाणाच नसेल, तर कोणी नोकरही त्याच्याकडे टिकणार कसा?

ही काही उदाहरणं आहेत, ज्यायोगे मनुष्य अज्ञानवश चुकीच्या प्रार्थना कशा करतो, हे आपल्या लक्षात येतं. ज्यांच्या फलप्राप्तीनंतर त्याच्याकडे पश्चात्तापाखेरीज इतर काही पर्यायच राहत नाही.

आज आपल्या आयुष्यात कोळशासारखा धगधगतता तिरस्कार, द्वेष, घृणा इत्यादी विकार का आहेत? कारण ही तर आपलीच प्रार्थना होती. म्हणून या गोष्टी आपल्या आयुष्यात आहेत. मात्र प्रत्येक गोष्टीच्या प्राप्तीनंतर आपण तक्रार करत असतो, 'मी तर कधी अशी इच्छा व्यक्त केली नव्हती. मग माझ्या बाबतीतच असं का घडतंय?' लोकांच्या आयुष्यात खूप काही स्थित्यंतर होत असतं. पण त्यांना हे सर्वकाही त्यांच्या इच्छेनुसारच होत आहे, हे समजत नाही. कारण कधीकधी प्रार्थना आणि तिच्यापासून होणारी फलप्राप्ती यामध्ये महदंतर असतं.

यासाठी प्रार्थनेचा अर्थ कोणी असा घेऊ नये, की एखाद्या विशिष्ट आसनात बसून किंवा मुद्रेत, कोणत्या मंदिरात अथवा देवाच्या मूर्तीसमोर बसून केलेल्या प्रार्थनेलाच, प्रार्थना असं म्हटलं जातं. आपल्या मनातील भाव, विचार, वाणी आणि क्रियाही प्रार्थनेचं रूप धारण करू शकतात. जसं, मनुष्य जेव्हा घडणाऱ्या घटनांना विरोध करून दुःखी होतो, तेव्हाही खरंतर तो प्रार्थनाच करत असतो. असं करून नकळत तो त्या घटनेला पुनःपुन्हा आदेश देत असतो. त्यामुळे त्याच्या आयुष्यात तशाच घटना वारंवार घडतात. जसं, कित्येकदा लोक नेहमीच्याच हॉटेलमध्ये जातात आणि पूर्वीचीच ऑर्डर देतात, तीच डिश मागवतात. तसंच, मनुष्यही घटनांना विरोध करून, त्याच्याच पुनरावृत्तीची ऑर्डर देत असतो.

मनुष्य जेव्हा वर्तमानात घडणाऱ्या घटनांना अनुमोदन देतो, त्यांचा आनंदाने स्वीकार करतो, तेव्हा तो आपल्या आयुष्यात आनंदाच्या आगमनाची प्रार्थना करत असतो. त्यामुळे दुःख दूर जातं आणि सौख्य निकट येतं. अनुमोदन म्हणजेच एखाद्या गोष्टीचं समर्थन करून त्याला अनुमती- संमती देणं होय. जसं, एखाद्या मुशायऱ्यात कोणी आपली काव्यरचना, आपल्या गझला ऐकवतो, तेव्हा सर्वजण 'वाह व्वा! ईर्शाद' असं म्हणतात. यालाच अनुमोदन, अनुमती असं म्हणतात. लोकांना वाटतं, अनुमोदन केवळ एखादी सभा, मैफील किंवा कुठल्यातरी कार्यक्रमातच दिलं जातं; पण असं नसतं. आपण आपल्या दैनंदिन आयुष्यातही अनुमोदन देऊ शकता. आयुष्यात कितीतरी अशा घटना घडत असतात, ज्यांना अनुमोदन द्यायचं असतं. अनुमोदन या शब्दातच मोद म्हणजे आनंद दडलेला आहे; तर विरोधात रोध (रडणं) म्हणजे दुःख दडलेलं असतं.

अनुमोदन याचा अर्थ जेव्हा एखादी घटना पाहून आपण वाह व्वा!.. करत असतो. जसं- घरातील विद्युतपुरवठा खंडित झाला, तरी आपल्याला वाह व्वा...! रस्त्यात कितीही ट्राफिक लागलं तरी आपल्याला वाह व्वा...! म्हणता यायला हवं. आयुष्यात जे जे काही घडत आहे, त्या त्या वेळी त्याला अनुमोदन देता यायला हवं.

आपल्या आयुष्यात जेव्हा विपरीत परिस्थिती येईल, आपलं काम- आपली इच्छा पूर्ण होत नाही असं वाटेल, सतत अडचणी येत राहतील, आयुष्यात खूप कठीण प्रसंगातून जावं लागेल, योग्य मार्गच दिसत नसेल, तेव्हा अशा घटनांना अनुमोदन देऊन आपल्या अंतरंगातील विरोध, द्विधावस्थेचा अंत करा. असं केल्याने आपल्या आयुष्यात आता नव्या घटना घडण्यास, मोदप्राप्ती होण्यास प्रारंभ झाला आहे, याची जाणीव होऊ लागेल.

आता काही नकारात्मक घटना पाहून आपण निराश होणार नाही, तर त्यांना अनुमोदन देऊन प्रतीक्षा कराल. कारण आपल्याला हे माहीत असेल, की हे सगळं आपल्या प्रार्थनेमुळेच घडत आहे. आपल्या प्रार्थनेचा सुपरिणाम, लाभ दिसत नसला, तरी आपली प्रार्थना अखंड सुरूच ठेवायची आहे. प्रत्येक घटनेत 'वाह व्वा! वाह व्वा!' असंच म्हणत राहायचं आहे. अशा स्थितीत आपण आनंदात रममाण असाल, तर आपल्या आयुष्यात नवनव्या गोष्टींचं आगमन होऊन एका नवीन पर्वाचा शुभारंभ होईल.

भाग ११

परिवर्तनाचा मंत्र

ही स्थितीदेखील बदलणार आहे

दीनदयाळ नावाचा मनुष्य एक खूपच मोठा, प्रसिद्ध असा धनाढ्य व्यापारी होता. त्याचा व्यवसाय दूरदूरवर पसरलेला होता. तो खूपच दयाळू, प्रामाणिक तसेच परोपकारी ईश्वरभक्त होता. आयुष्यात भौतिक सुख-समृद्धीच्या प्राप्तीबरोबरच त्याने रामनामाचं धनही कमावलं होतं. आता तो आयुष्याच्या अंतिम चरणात येऊन पोहोचला होता.

त्याने काही विचार करून आपल्या दोन्ही तरुण मुलांना, नीरज आणि धीरजला आपल्याजवळ बोलावलं आणि सांगितलं, 'बाळांनो, माझ्या आयुष्याची सायंकाळ झाली आहे, कधीही अंधार होऊ शकतो. माझी श्वासरूपी माळ कधीही तुटू शकते. म्हणून आजवर जी जबाबदारी मी पार पाडत आलो आहे, ती आता तुम्ही दोघे मिळून सांभाळावी, अशी माझी इच्छा आहे.' इतकं सांगून दीनदयाळने त्याचा सारा कारभार, जमीन-जुमला तसंच स्वतःकडे असलेल्या धन-संपत्तीचे दोन समान हिस्से करून ते आपल्या दोन्ही मुलांमध्ये वाटून टाकले. दोन्ही मुलांनी आपल्या वडिलांच्या आज्ञेनुसार आपापलं कर्तव्य पार पाडण्यास सुरुवात केली.

काही काळानंतर दीनदयाळने कायमस्वरूपी आपले डोळे मिटले. पण मृत्यूच्या बरोबर आदल्या दिवशी त्याने आपल्या दोन्ही मुलांना बोलावून एक छोटीशी लाकडी पेटी दिली आणि सांगितलं, 'ही पेटी माझ्या मृत्यूनंतरच उघडा.' मग आपल्या पित्याला

अखेरचा निरोप दिल्यानंतर दोन्ही भावांनी मिळून ती पेटी उघडली. त्यात त्यांना दोन अंगठ्या मिळाल्या. एक अंगठी सोन्याची होती, तिच्यात अमूल्य असा हिरा जडलेला होता. तर, दुसरी अंगठी चांदीची होती. मोठ्या भावाने छोट्या भावाला सांगितलं, 'हा हिरा दोघांत वाटून घेणं योग्य ठरणार नाही. म्हणून आपण असं करूया, तू चांदीची अंगठी तुझ्याकडे ठेव आणि मी सोन्याची अंगठी माझ्याकडे ठेवतो. तसंही मी त्यांचं ज्येष्ठ अपत्य आहे.' नीरजने आपला निर्णय सुनावला. धीरजने विचार केला, ही वेळ वाद-विवाद करण्याची, भांडत बसण्याची नाही. त्याने शांतपणे मोठ्या भावाच्या बोलण्याला सहमती दर्शवली.

वडिलांच्या मृत्यूनंतर मोठ्या भावाने आपला व्यवसाय छोट्या भावापासून वेगळा केला. मात्र धीरज आपल्या नावाप्रमाणेच धैर्यवान होता. या वेळीही भावाच्या होकाराला होकार देऊन तो गप्प राहिला. पण मनातून तो राहून राहून केवळ एकाच विचाराने त्रस्त होत होता, 'माझे वडील इतके ज्ञानी, प्रतिभावान आणि बुद्धिमान होते, तर मग त्यांनी या पेटीत अमूल्य हिरेजडित अंगठीबरोबर एक सर्वसाधारण अशी चांदीची अंगठी का ठेवली असेल बरं?'

त्याच्यासमोर पडलेली ती चांदीची अंगठी पाहून त्याच्या मनात हाच विचार पुनःपुन्हा येत असे. त्या अंगठीशी चाळा करत असताना धीरजच्या मनात विचारचक्र सुरूच होतं, 'नक्कीच या अंगठीमागे काहीतरी गुपित दडलेलं असणार.' त्याचवेळी अचानक त्याच्या हातून त्या अंगठीचा एक भाग दाबला जाऊन ती उघडली गेली. पाहतो तो काय, त्या अंगठीत घडी घातलेला एक छोटासा कागद होता. धीरजने तो कागद उघडला. त्यावर वडिलांच्या हस्ताक्षरात चार शब्द लिहिले होते. ते शब्द वाचून त्याला वाटलं, वडिलांनी आपल्या आयुष्याचं संपूर्ण सार या शब्दांत उतरवलं आहे. ते शब्द होते **'ही स्थितीदेखील बदलणार आहे.'** तो विचार करू लागला, की नक्कीच हे शब्द अत्यंत महत्त्वाचे आहेत. म्हणूनच तर वडिलांनी ते अत्यंत काळजीपूर्वक जतन करून ठेवले आहेत.

धीरजने या संदेशावर खूप विचार केला, तेव्हा एक गोष्ट त्याच्या लक्षात आली, 'जेव्हा कधी एखादी घटना घडते, तेव्हा ती कायमस्वरूपी तशीच राहत नाही, तिच्यात परिवर्तन होत राहतं. वास्तवात आयुष्यात जी स्थिती निर्माण झाली आहे, ती खरंतर बदल घडवण्यासाठीच आहे. एक तर या घटनेत बदल होईल किंवा ती माझ्यात बदल घडवेल. काहीतरी बदल नक्कीच होणार आहे.'

या संदेशाचं पालन करून, कोणतीही चांगली वा वाईट घटना घडो, धीरज त्यात

अडकून राहत नसे. त्याचा स्वसंवादही कधी चुकीचा ठरत नसे. जसा त्याच्या अंतरंगात चुकीचा स्वसंवाद प्रारंभ होत असे, तसं लगेच तो स्वतःला सांगत असे, 'ही स्थितीदेखील बदलणार आहे.' असं करता करता एक वेळ अशीही आली, की त्याच्यातील चुकीच्या स्वसंवादात आपोआपच अडथळे निर्माण होऊन तो समोर येणाऱ्या कामामध्ये गढून जात असे. त्यामुळे त्याच्या वर्तमानात तर सुधारणा होऊ लागलीच; पण त्याचबरोबर त्याचं भविष्यही उज्ज्वल होऊ लागलं. त्याचं वर्तमान सुंदर होऊ लागलं. परिणामी त्याचा व्यवसाय वाढू लागला. आता तो पहिल्यापेक्षा कितीतरी पटीने अधिक समृद्ध झाला.

याउलट त्याचा मोठा भाऊ नीरजकडे मात्र त्याला दिशादर्शन करणारा कोणताही मंत्र नव्हता. अफाट धन-संपत्तीचा स्वामी असूनही त्याची दशा मात्र अत्यंत दयनीय झाली होती. तो आपल्या व्यवसायात आलेल्या मंदीमुळे नेहमी भयभीत राहत असे. त्यामुळे त्याचं मानसिक स्वास्थ्य हरवलं होतं. त्याच्या व्यवसायालाही उतरती कळा लागली होती. एके दिवशी अत्यंत दुःखद स्थितीत नीरज आपल्या छोट्या भावाकडे गेला आणि त्याला म्हणाला, 'वडिलांनी तुला नक्कीच असं काहीतरी दिलं आहे, जे तू स्वतःकडेच ठेवलं आहेस, ते तू माझ्याबरोबर वाटलेलं नाहीस आणि त्यामुळेच तुझ्या धन-संपत्तीत, व्यवसायात वाढ होत आहे. तुझा उत्कर्ष होत आहे.'

'होय, अगदी बरोबर, तू म्हणतोस तसंच आहे. वडिलांनी मला एक अमूल्य असा मंत्र दिला होता, त्यामुळेच माझ्या व्यवसायात वाढ होत आहे.'

आता नीरज विचार करू लागला, 'वडिलांनी याला कोणता जादूचा दिवा तर नाही दिला? त्यांनी अशी कोणती गोष्ट दिली असावी, ज्यामुळे याचा व्यवसाय वाढतोय; हा खरं तरी बोलतोय, की माझ्यापासून काहीतरी दडवतोय?'

मग धीरजने तो कागद नीरजसमोर ठेवला. नीरजने तो वाचला आणि चुरगाळून फेकून देत ओरडला, 'तू खोटं बोलतोयस, वडिलांनी तुला दुसरंच काहीतरी दिलेलं असेल.' धीरजने शांतपणे पुन्हा तेच सांगितलं, 'हाच तर तो महामंत्र आहे, जो मला वडिलांकडून मिळाला आहे.' मात्र नीरज ऐकण्याच्या मनःस्थितीत नव्हता, तो रागाने लालबुंद होऊन पाय आपटतच तिथून निघून गेला.

मनुष्याला असे कित्येक संकेत मिळत असतात; पण तो ते समजू शकत नाही. मात्र या प्रसिद्ध कथेत दिला गेलेला हा छोटासा मंत्र आपण लक्षात ठेवायचा आहे. आयुष्यात कोणतीही चांगली- वाईट घटना घडली तरी, 'ही स्थितीदेखील बदलणार आहे,' हे वाक्य स्वतःला ऐकवायचं आहे.

आयुष्य क्षणभंगुर आहे. जन्मापासून मृत्यूपर्यंत या विश्वात दिसणाऱ्या प्रत्येक गोष्टीत परिवर्तनशील आहे. आयुष्यात जेव्हा अडचणी येतील, तेव्हा ही गोष्ट लक्षात ठेवा, 'ही स्थितीदेखील बदलणार आहे.' प्रचंड घोंगावणारं वादळ, त्सुनामी अथवा भूकंप या गोष्टीही कायम राहत नाहीत, त्याही अंतिम नाहीत.

त्याचप्रमाणे आयुष्यातील प्रत्येक विचार, भावना आणि परिस्थिती अस्थिर आहे. आयुष्यातील चढ-उतारच मानवी जीवनातील व्यथा-वेदनांना कारणीभूत होत असतात. जसं, नात्यांमध्ये दुरावा येणं, नोकरी नसणं, आपल्या एखाद्या प्रिय व्यक्तीचा मृत्यू... इत्यादी. आयुष्यातील अशा घटनांमध्ये 'ही स्थितीदेखील बदलणार आहे,' हे वाक्यच मनुष्याला आधार देतं.

मनुष्य जेव्हा घडलेल्या घटनांशी आपल्या भावना संलग्न करतो, तेव्हा त्याला सुख अथवा दुःखाची प्रचिती येत असते. लक्षात ठेवा, दुःख घटनेमुळे होत नाही, तर घटना घडून गेल्यानंतर येणाऱ्या नकारात्मक विचारांमुळे ते जाणवतं.

आपल्याला जर मनासारखा मान-सन्मान मिळत नसेल, तर त्याचं दुःख उगाळण्याआधी हे समजून घ्या, की लोकांचं आपल्याबाबत बदललेलं वर्तन, हा आपल्या बदलत्या व्यावसायिक स्थितीचा परिणामही असू शकतो. पण ही स्थितीदेखील बदलणार आहे, ती कायमस्वरूपी राहणार नाही, हेही लक्षात ठेवा.

जसा जोमाने चालणाऱ्या व्यवसायाचा वेग मंदावतो, तसंच मंदगतीने चालणारा व्यवसायही अचानक पुन्हा वेग घेऊ शकतो. परंतु आपण जर या बदलत्या स्थितीचं दुःखच करत बसलात, तर कधीही पुढे जाऊ शकणार नाही.

घटनांसोबत आपल्या भावना न जोडता, दुःखी न होता, शांत मनाने, इतरांना अथवा स्वतःच्या नशिबाला दोष न देता समस्यांवर उपाय शोधायला हवेत. आज जगभरात अशी असंख्य उदाहरणं आहेत, ज्यांनी विपरीत परिस्थितीतही आपला संयम ढळू दिला नाही, तर आयुष्याकडून मिळणाऱ्या आघातांनी त्यांना अधिकाधिक खंबीर बनवलं. त्यांनी केवळ परिवर्तनाला स्वीकारलंच नाही, तर त्यावर मात करून ते यशस्वीदेखील झाले.

अलेक्झांडर ग्राहम बेल, आइन्स्टाइन, एडिसन, वॉल्ट डिज्नी, महात्मा गांधी, एपीजे अब्दुल कलाम आणि न जाणो असे कितीतरी असंख्य महात्मे आहेत, ज्यांनी इतिहासाच्या पानांवर आपलं नाव सुवर्णाक्षरांत लिहिलं आहे.

भाग १२

केवळ सत्यच शाश्वत आहे

इतर सर्व परिवर्तित आहे

निसर्गात प्रत्येक गोष्ट बदलत आहे. पूर्वीही असंच घडत होतं आणि यानंतरही हेच घडत राहणार आहे. हा परिवर्तनाचा अटळ नियम आहे आणि परिवर्तन हे अटळ आहे. परिवर्तन हेच जीवन आहे, असंही म्हणता येईल. ब्रह्मांडातील कण न् कण परिवर्तनशील आहे. आपल्या शरीराच्या जुन्या पेशी नष्ट होऊन नव्या पेशी त्यांची जागा घेतात. ही तर केवळ आपल्या शरीराची स्थिती आहे; परंतु आपली आंतरिक स्थिती आणि व्यक्तित्वातदेखील क्षणोक्षणी परिवर्तन होत असतं.

मनुष्य जुन्या वस्त्राचा त्याग करून नवं वस्त्र धारण का करतो? कारण त्याचं नावीन्यावर प्रेम असतं. जीर्णता कोणालाही आवडत नाही. मनुष्य जुनं घर सोडून नव्या घरात राहू इच्छितो, किंवा त्याला ते नव्या, आधुनिक पद्धतीने बांधायचं असतं. जुन्या वस्तूंऐवजी नव्या, अत्याधुनिक, सुख-सुविधादायक गोष्टींची त्याला आवड असते. शिवाय हे परिवर्तनदेखील आवश्यकच आहे.

मनुष्य क्षणोक्षणी बदलतोय, त्याच्या शरीरात बदल होत आहेत, शरीराचं आकारमान वाढत आहे, त्याचं मन बदलत आहे, बुद्धीचा विकास होत आहे, वय वाढत आहे... त्याच्या आयुष्यात येणारे लोक, परिस्थिती, वस्तू हेदेखील बदलत आहेत...

ऋतूंमध्ये परिवर्तन होत आहे. आता जरा विचार करा, आयुष्यात अशा कोणकोणत्या गोष्टी आहेत, ज्या क्षणोक्षणी बदलत आहेत? आणि असं काय आहे, जे कधीही बदलत नाही, जे अनादीकाळापासून चालत आलं आहे.

अस्तित्वात असलेल्या सर्व गोष्टी या परिवर्तनीय आहेत. प्रत्येक गोष्ट बदलत आहे, केवळ ईश्वराशिवाय! ईश्वर कधीही बदलत नाही, केवळ तोच एक अपरिवर्तनीय आहे. परंतु, ही गोष्ट आपल्या कल्पनाशक्तीच्या पलीकडे आहे.

समजा, जर ईश्वरही बदलत राहिला असता, तर काय झालं असतं? ईश्वर बदलत राहिला असता, तर त्याचे गुणविशेषही बदलले असते. जसं, ईश्वर प्रेममय आहे, तो सगळ्यांवर प्रेम करतो. पण, बदल घडल्यानंतर ईश्वराने प्रेम करणं बंद केलं असतं किंवा त्यासाठी तो काही अटीही लादू शकला असता. त्याला जो आवडेल, त्याच्यावर त्याने प्रेम केलं असतं आणि जो आवडणार नाही, त्याच्यावर केलं नसतं.

मात्र, ईश्वर प्रत्येक ठिकाणी आहे. ईश्वर सर्वव्यापी, सर्वत्र आहे. परंतु तो जर परिवर्तनशील असता, तर प्रत्येक ठिकाणी; जळी-स्थळी-काष्ठी-पाषाणी उपलब्ध होऊ शकला नसता. मग ईश्वर आपल्यासोबत आहे, असं आपण म्हणूच शकणार नाही.

ईश्वर दयावंत, कृपावंत, दाता आहे. परंतु त्याच्यात परिवर्तन झालं, तर कोणावर आपली दया-दृष्टी ठेवायची आणि कोणावर कृपा करायची, हे सर्वस्वी त्याच्या इच्छेवर अवलंबून असेल.

सुदैवाने ईश्वरात कधीही बदल होत नाही, तो अपरिवर्तनीय आहे, अन्यथा उपरोक्त गोष्टी वास्तवात उतरल्या असत्या. ही तर काही छोटी छोटी उदाहरणं आहेत. परंतु वास्तवात जर असं घडलं, तर त्याची केवळ कल्पना करणंही किती भयप्रद असेल!

ईश्वराला सत्य, अनुभव, ह्लाह, चैतन्य, साक्षी, परमात्मा, कैवल्य; किंवा आपल्या असण्याची अनुभूती म्हणा. आपण त्याला कोणत्याही नावाने संबोधलं तरी ही सर्व नावं एकाच परम सत्याकडे निर्देश करतात.

सत्य हे शाश्वत आहे, कालातीत आहे. ते अनादी काळापासून होतं, आहे आणि भविष्यातही राहणार आहे. सत्य हे काळ आणि वेळ यांच्या पलीकडे असून, त्याचा अनुभव हा सातत्याने होत आहे. सत्य हे कधीच बदलत नाही. ते जर बदललं, त्याच्यात परिवर्तन झालं, तर ते सत्य राहणारच कसं? ते असत्य होईल. सत्य हेच आदी आहे, अनादी आहे.

युगानुयुगे ज्या एकाच गोष्टीचा शोध घेतला जातोय, ते सत्य कधीही बदलत नाही. श्रीकृष्णाने गीतेत अथवा जिझसने बायबलमध्ये जे सांगितलं आहे, त्या सत्यात कधीही बदल झालेला नाही. पवित्र कुराणात ज्या गोष्टी सांगितल्या आहेत, वास्तवात ती हीच गोष्ट आहे, जी सृष्टीच्या प्रारंभापासून, अथवा त्याही आधीपासून अटळ आणि अचल आहे; परंतु तिच्या भोवतालच्या गोष्टी मात्र बदलत आहेत.

लोकांनी हेच परम सत्य जाणून घेण्यासाठी वेगवेगळ्या मार्गांनी प्रयत्न केले आहेत. हा अनुभव असा आहे, जो शब्दांद्वारे सांगितला जाऊ शकत नाही, त्याची फक्त अनुभूती घेता येऊ शकते. मात्र मनुष्य या अनुभवाची भाषा समजू शकत नाही, म्हणून नाइलाजाने शब्दांद्वारे व्यक्त करण्याचा प्रयत्न केला जातो. सत्याचं शब्दांद्वारे वर्णन करणं कठीण आहे. कारण प्रत्येक मनुष्याकडे स्वतःचा असा एक शब्दसंग्रह आहे. ज्यामध्ये असलेल्या शब्दांना स्वतःचे अर्थ लावून तो समजून घेऊ इच्छितो. खरंतर सत्य याहून काही वेगळंच आहे. उदाहरणार्थ, आपण जर एखाद्याला 'गोड' या शब्दाबद्दल काही सांगू इच्छित असाल, तर त्या गोडीचं नेमकं वर्णन करतानासुद्धा आपल्याला त्रास जाणवू लागेल. कारण गोड या चवीचेदेखील अनेक प्रकार असतात.

सत्याच्या बाबतीतही असंच आहे. जोपर्यंत माणसाला ते समजत नाही, तोपर्यंत त्याला शब्दांच्या माध्यमातून ते सांगण्याचा प्रयत्न केला जातो. कारण, ऐकता ऐकता कधी ना कधीतरी सत्याचा संकेत त्याच्या लक्षात येऊ शकेल. शब्द हे संकेत देण्याचं, अनुभवांची जाणीव करून देण्याचं काम करत असतात. एकदा का त्या अनुभवाची माणसाला अनुभूती झाली, की त्याला सत्य समजलं आणि शब्दांनी आपलं काम चोख बजावलं, योग्य प्रकारे केलं, हे लक्षात घ्या.

जसं, कागदावर काही शब्द लिहिलेले असले तरी, प्रत्येक शब्दाच्या मागे कागदच असतो. शब्दांच्या दरम्यान, शब्दांच्या मागे आणि पुढेही कागदच आहे. हा कागद म्हणजेच सत्य (अनुभव). ते जाणून घेण्यासाठी कागदावर लिहिलेले शब्द केवळ निमित्तमात्र ठरले. कागदावर शब्द नसले, तरीही तो कागद कायमस्वरूपी असणारच आहे. अशाच प्रकारे सत्य (ईश्वर) आधीही होता, आताही आहे आणि यापुढेही चिरकाल राहणार आहे. मनात येणारे विचार येत-जात राहतील; पण अनुभव मात्र तोच असणार आहे. मनाच्या पलीकडे असलेल्या अनुभवास जाणून घेण्यासाठी विचार आणि शब्द हे केवळ निमित्तमात्र आहेत.

अनुभवरूपी मौन सातत्याने सुरूच आहे. त्यालाच जाणण्याची युक्ती सांगितली जात आहे. ही कला एकदा का साधली, की मग आपली सर्व कामं सुलभतेने पार पडू लागतील. मग आपण तो आनंद आपल्या अंतरंगातच प्राप्त करू शकाल, ज्याच्यासाठी आजवर बाह्यजगतात भरकटत होता. आपल्याला आनंदाच्या प्राप्तीसाठी इतरांकडून काही हिसकावून घेण्याची अजिबात आवश्यकता नाही. बाह्य आनंद हा तर बोनस रूपाने मिळणारच आहे; परंतु आंतरिक आनंदच इतका असेल, की आता बाह्य आनंदाची गरजच भासणार नाही.

आपण जेव्हा सत्य जाणाल, तेव्हा संपूर्ण ब्रह्मांडाचं रहस्य आपल्यासमोर उलगडू लागेल. अशा वेळी मग बाह्य परिवर्तनाचा स्वीकार करण्यास आपल्याला सांगावं लागणार नाही. आपण स्वतःच त्याचा स्वीकार करू लागाल. मग त्या घटना, ते परिवर्तन आपणास आवडूही लागेल. सत्याची जाणीव झाल्यानंतर आपण कोसळणाऱ्या पावसाकडे पाहून म्हणू शकाल, 'हा धुवाधार पाऊस मला तोपर्यंत आवडेल, जोपर्यंत तो बंद होत नाही.' पाऊस थांबल्यानंतर जर ऊन पडलं तर आपण म्हणू शकाल, 'आता ऊन पडल्याने किती आल्हाददायक वाटतंय, मला हे ऊन खूप आवडतंय.'

अशा प्रकारची जाणीव प्राप्त झाल्याने निसर्गनिर्मित प्रत्येक घटनेचा स्वीकार होईल. शिवाय आपण उत्साहाने तिचं गुणगानही करू लागाल.

मात्र जोपर्यंत ही जाणीव होत नाही, तोपर्यंत आपल्याला कधी नाइलाजाने तर कधी तांत्रिक गोष्टींच्या आधारे आपल्या मनाला समजावून सांगावं लागेल. कारण त्याशिवाय काही पर्यायच नसतो.

मात्र एकदा या गोष्टींची जाणीव होताच आपण तंत्राच्याही वर उठता आणि आपल्याला नवा 'ज' गवसतो. तो 'ज' असतो 'जय हो'चा. पाऊस पडतो आहे 'जय हो', तो थांबलाय 'जय हो', समोरचा प्रशंसा करत आहे 'जय हो', अचानक कुणी शिव्या देऊ लागलं तरी 'जय हो'... अशा प्रकारे आता केवळ सगळीकडे जागृतीच राहील, आनंदीआनंदच राहील. दुःखाला अणुमात्रही जागा मिळणार नाही.

❏ ❏ ❏

हे पुस्तक वाचल्यानंतर आपला अभिप्राय कृपया या पत्त्यावर अवश्य पाठवा.
Tej Gyan Global Foundation,
Pimpri Colony Post Office, P.O.Box 25, Pune-411017.
Maharashtra (India).

'सरश्रीं'द्वारे रचित इतर पुस्तकं

जीवनाची 5 महान रहस्यं

प्रेम, आनंद, मौन, समृद्धी
आणि परमेश्वर प्राप्तीचा मार्ग

Also available in Hindi

शारीरिक, मानसिक, आर्थिक, सामाजिक आणि आध्यात्मिक अशा जीवनाच्या पाच महत्त्वपूर्ण भागांचा विकास करण्यासाठी मार्गदर्शन मिळू शकेल अशा एखाद्या पुस्तकाच्या प्रतीक्षेत आपण आहात का? पंचकल्याणाचा मार्ग आपल्याला हवाय का?

या प्रश्नाचं उत्तर 'हो' असं असेल, तर आपलं अभिनंदन! प्रस्तुत पुस्तकाद्वारे आपली प्रतीक्षा संपली असं खुशाल समजा.

या पुस्तकाद्वारे आपण जाणाल–

* कधीही न बदलणारा सृष्टीचा महानियम
* समस्यांचं निराकरण करण्याच्या उत्तम पद्धती
* प्रेम आणि समृद्धी प्राप्त करण्याची योग्य पद्धत
* भूत आणि भविष्य यांतून मुक्तीचा योग्य मार्ग
* ध्यानाची डिक्शनरी
* आपल्या खऱ्या अस्तित्वाची प्रचिती

सुखी जीवनाचे पासवर्ड

दुःख, अशांती आणि उद्विग्नतेच्या कैदेतून सुखाला करा मुक्त

Also available in Hindi

मनुष्य स्वतःचं जीवन चुकीच्या सवयी आणि नकारात्मक विचारांमुळे गुंतागुंतीचं आणि बिकट बनवतो. मग बंधनांतून मुक्त होऊन स्वातंत्र्य प्राप्त करणं ही तर त्याच्यासाठी खूपच दूरची गोष्ट ठरते. उलट तो स्वतःच बनवलेल्या दुःखरूपी जाळ्यात जीवन जगायला विवश होतो. शांती आणि संतुष्टी यांच्यापासून तो दुरावला जातो. याउलट मनुष्य जेव्हा सुखी जीवनाची सूत्रं, पासवर्ड समजून घेतो, तेव्हा तो खऱ्या अर्थानं सुखी आणि संपन्न जीवनाचं महाद्वार उघडतो.

प्रस्तुत पुस्तकात सुखी जीवनाचे आठ पासवर्ड दिले आहेत. त्यांच्या साहाय्याने आपण दुःख आणि अशांतीचं लॉकर खोलू शकाल. वरवर पाहिलं तर हे आठ पासवर्ड तुम्हाला अगदी सामान्य वाटतील. परंतु दैनंदिन जीवनात यांचा उपयोग केला, तर शांती आणि संतुष्टी यांचा तुमच्यावर वर्षाव होईल. तुमचं जीवन बहरून जाईल.

इमोशन्स वर विजय

दुःखद भावना व्यक्त करण्याची कला

Also available in Hindi

मनुष्य केवळ वयाने मोठा झाला म्हणून तो परिपक्क बनत नाही, तर भावनांमुळे विचलित न झाल्याने, निर्धाराने त्यांचा सामना करून, योग्य रीतीने त्यांच्याकडे पाहण्याची कला शिकूनच तो परिपक्व बनतो. प्रस्तुत पुस्तकाद्वारे हीच परिपक्वता आपल्याला प्राप्त होईल.

मनुष्य भावनांतून मुक्त होण्याचे दोनच मार्ग अवलंबतो. पहिला- भावना दाबून ठेवणे आणि दुसरा, भावनांमुळे निर्माण झालेला प्रक्षोभ इतरांवर बरसणे. मात्र वरील दोन पद्धतींशिवाय आणखी काही अचूक आणि परिणामकारक पद्धती या पुस्तकात उद्धृत करण्यात आल्या आहेत. त्यांचा अवलंब करून भावनांच्या जंजाळातून मुक्त होऊन आपण निश्चितच प्रेम आणि सौहार्दपूर्ण जीवन जगू शकाल. त्यानंतर नकारात्मकता आपल्याला स्पर्शही करू शकणार नाही.

एक अल्प परिचय
सरश्री

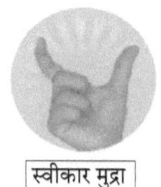

स्वीकार मुद्रा

सरश्रींचा आध्यात्मिक शोधाचा प्रवास त्यांच्या बालपणापासूनच सुरू झाला होता. हा शोध सुरू असतानाच त्यांनी अनेक प्रकारच्या पुस्तकांचं अध्ययन केलं. त्याचबरोबर या शोधकाळात त्यांनी अनेक ध्यानपद्धतींचा अभ्यासही केला. त्यांच्यातील या जिज्ञासेने त्यांना अनेक वैचारिक आणि शैक्षणिक संस्थांमध्ये जाण्यासाठी प्रेरित केलं. जीवनाचं रहस्य समजण्यासाठी त्यांनी **प्रदीर्घ काळ मनन करून आपलं शोधकार्य सातत्याने सुरू ठेवलं. या शोधातूनच त्यांना 'आत्मबोध' प्राप्त झाला.** आत्मसाक्षात्कारानंतर त्यांना जाणवलं, की **अध्यात्माचा प्रत्येक मार्ग ज्या शृंखलेने जोडलेला आहे, तो म्हणजे 'समज'** (Understanding). आत्मबोधप्राप्तीनंतर त्यांनी अध्यापनाचं कार्य थांबवलं आणि जवळ जवळ दोन दशकांहूनही अधिक काळ आपलं समस्त जीवन मानवजातीच्या कल्याणासाठी आणि आध्यात्मिक विकासासाठी अर्पण केलं.

सरश्री म्हणतात, ''सत्यप्राप्तीच्या सर्व मार्गांचा प्रारंभ जरी वेगवेगळ्या मार्गांनी होत असला, तरी सर्वांचा अंत मात्र एकच समज प्राप्त केल्याने होतो. ही **समज'च सर्व काही असून ती स्वतःमध्ये परिपूर्ण आहे. आध्यात्मिक ज्ञानप्राप्तीसाठी या 'समजे'चं श्रवणच पुरेसं आहे.''** ही समज प्रकाशमान करण्यासाठी आजपर्यंत त्यांनी **आध्यात्मिक विषयांवर तीन हजारांहून अधिक प्रवचनं दिली आहेत.** या प्रवचनांद्वारे ते अध्यात्मातील अतिशय गहन संकल्पना सहज, सुलभ आणि व्यावहारिक भाषेत समजावून सांगतात. समाजातील प्रत्येक स्तरावरील मनुष्य सरश्रींद्वारे सांगितल्या जाणाऱ्या या समजेचा लाभ घेऊ शकतो.

ही समज प्रत्येकाला आपल्या अनुभवातून प्राप्त व्हावी, यासाठी सरश्रींनी **'महाआसमानी परमज्ञान शिबिर'** आणि त्यासाठी आवश्यक असणारी कार्यप्रणाली (सिस्टिम) तयार केली. **तिचा लाभ आज लाखो लोक घेत आहेत.** या प्रणालीला आय.एस.ओ. (ISO 9001:2015) प्रमाणपत्रही लाभलंय. या प्रणालीमुळेच अनेकांना सत्यमार्गावर वाटचाल करण्याची प्रेरणा मिळाली आहे. या समजेचा प्रचार

आणि प्रसार करण्यासाठी त्यांनी 'तेजज्ञान फाउंडेशन' या आध्यात्मिक संस्थेचा पाया रचला. **'हॅपी थॉट्सद्वारे उच्चतम विकसित समाजाची निर्मिती करणे,'** हेच या संस्थेचं मुख्य उद्दिष्ट आहे.

विश्वातील प्रत्येक मनुष्य आज सरश्रींच्या मार्गदर्शनाचा लाभ घेऊ शकतो. त्यासाठी कोणत्याही धर्म, जात, उपजात, वर्ण, पंथ वा लिंग यांचं बंधन नसतं. विश्वाच्या प्रत्येक कानाकोपऱ्यांतील लोक आज 'तेजज्ञान'च्या अनोख्या ज्ञानप्रणालीचा (System for Wisdom) लाभ घेत आहेत. याच व्यवस्थेचा आणखी एक महत्त्वपूर्ण भाग म्हणजे, **दररोज सकाळी आणि रात्री ९ वाजून ९ मिनिटांनी लाखो लोक विश्वशांतीसाठी प्रार्थना करत आहेत.**

बेस्ट सेलर पुस्तक 'विचार नियम' शृंखलेचे रचनाकार म्हणूनही सरश्रींना ओळखलं जातं. **केवळ पाच वर्षांच्या कालावधीत या पुस्तकाच्या १ कोटीपेक्षा अधिक प्रती वितरित** झाल्या आहेत. याशिवाय आजवर त्यांनी विविध विषयांवर **१०० हून अधिक पुस्तकं लिहिली** आहेत. त्यांपैकी 'विचार नियम', 'स्वसंवाद एक जादू', 'शोध स्वतःचा', 'स्वीकाराची जादू', 'निःशब्द संवाद एक जादू', 'संपूर्ण ध्यान' इत्यादी पुस्तकं बेस्ट सेलर झाली आहेत. ही पुस्तकं दहापेक्षा अधिक भाषांमध्ये अनुवादित असून, पेंगुइन बुक्स, हे हाउस पब्लिशर्स, जैको बुक्स, मंजुळ पब्लिशिंग हाउस, प्रभात प्रकाशन, राजपाल अॅण्ड सन्स, पेंटागॉन प्रेस आणि सकाळ प्रकाशन इत्यादी प्रमुख प्रकाशन संस्थांद्वारे ती प्रकाशित झाली आहेत.

तेजज्ञान फाउंडेशन परिचय

तेजज्ञान फाउंडेशन आत्मविकासातून आत्मसाक्षात्कार प्राप्त करण्याचा एक मार्ग आहे. यासाठी सरश्रींद्वारा एक अनोखी बोधप्रणाली (System for Wisdom) निर्माण झाली आहे. या प्रणालीला आंतरराष्ट्रीय प्रमाणपत्राद्वारे ISO 9001:2015च्या आवश्यकतेनुसार आणि निकष पडताळून सरळ, व्यावहारिक आणि प्रभावी बनवलं गेलं आहे.

या संस्थेच्या प्रबोधनपद्धतीच्या भिन्न पैलूंना (शिक्षण, निरीक्षण आणि गुणवत्ता) स्वतंत्र गुणवत्ता परीक्षकांद्वारे (Quality Auditors) क्रमबद्ध पद्धतीने पडताळलं गेलं. त्यानंतर या पैलूंना ISO 9001:2015 साठी पात्र समजून या बोधपद्धतीला हे प्रमाणपत्र प्रदान करण्यात आलं.

या फाउंडेशनचे लक्ष्य आहे नकारात्मक विचारांकडून सकारात्मक विचारांकडे वाटचाल. सकारात्मक विचारांकडून शुभ विचारांकडे म्हणजे हॅपी थॉट्सकडे प्रगती. शुभ विचारांकडून निर्विचार अवस्थेकडे मार्गक्रमण आणि निर्विचार अवस्थेच्या अंती आत्मसाक्षात्कार प्राप्ती. 'मी सर्व विचारांपासून मुक्त व्हावे' हा विचार म्हणजे शुभु विचार (हॅपी थॉट्स). 'मी प्रत्येक इच्छेपासून मुक्त व्हावे', अशी इच्छा म्हणजे शुभ इच्छा.

तेजज्ञान म्हणजे ज्ञान व अज्ञान या दोहोंच्या पलीकडचे ज्ञान. पुष्कळ लोक सामान्य ज्ञानाच्या (General Knowledge) माहितीलाच ज्ञान मानतात. परंतु अस्सल ज्ञान आणि नुसती माहिती यांत फार मोठे अंतर आहे. आजमितीला लोक सामान्य ज्ञानाच्या उत्तरांनाच जास्त महत्त्व देतात. अशा ज्ञानाचे विषय म्हणजे कर्म आणि भाग्य, योग आणि प्राणायाम, स्वर्ग आणि नरक इत्यादी. आजच्या युगात सामान्यज्ञान प्राप्त करणारे लोक, शिक्षक मोठ्या प्रमाणावर आहेत; परंतु हे ज्ञान ऐकून जीवनात परिवर्तन घडून येत नाही. असे ज्ञान म्हणजे केवळ बुद्धिविलास आहे किंवा अध्यात्माच्या नावावर चाललेला बुद्धीचा व्यायाम आहे.

सर्व समस्यांवरील उपाय आहे तेजज्ञान. क्रोध, चिंता आणि भय यांपासून मुक्त जीवन म्हणजे तेजज्ञान. शारीरिक, मानसिक, सामाजिक, आर्थिक आणि आध्यात्मिक प्रगतीचा, सर्वांगीण प्रगतीचा मार्ग आहे तेजज्ञान. तेजज्ञान आपल्या अंतरंगात आहे. येथे या आणि या गोष्टीचा अनुभव घ्या.

आपल्याला असे ज्ञान हवे आहे, की जे सामान्य ज्ञानापलीकडे आहे, जे प्रत्येक समस्येवरील उत्तर आहे, जे प्रत्येक समजुतीपासून, गृहीत धारणांपासून आपल्याला मुक्त

करते, ईश्वरी साक्षात्कार घडविते, अंतिम सत्यात स्थापित करते. आता वेळ आली आहे शाब्दिक, सामान्यज्ञानातून बाहेर येऊन तेजज्ञानाचा अनुभव घेण्याची!

आजवर जप-तप, तंत्र-मंत्र, कर्म-भाग्य, ध्यान-ज्ञान, योग-भक्ती असे अनेक मार्ग अध्यात्मात सांगितले आहेत. या सर्व मार्गांनी प्राप्त होणारी अंतिम समज, अंतिम ज्ञान, बोध एकच आहे. अंतिम सत्याच्या शोधकाला, साधकाला शेवटी जी एकच 'समज' प्राप्त होते, ती 'समज' श्रवणानेसुद्धा प्राप्त होऊ शकते. अशा समजप्राप्तीसाठी श्रवण करणे यालाच तेजज्ञान प्राप्त करणे म्हटले गेले आहे. तेजज्ञानाच्या श्रवणाने सत्याचा साक्षात्कार घडतो, ईश्वरीय अनुभव मिळतो. हेच तेजज्ञान सरश्री महाआसमानी शिबिरात प्रदान करतात.

महाआसमानी परमज्ञान शिबिर परिचय आणि लाभ (निवासी)

तुम्हाला सर्वोच्च आनंद हवाय? असा आनंद, जो कोणत्याही बाह्य कारणावर अवलंबून नाही... जो प्रत्येक क्षणी वृद्धिंगत होतो. या जीवनात तुम्हाला प्रेम, विश्वास, शांती, समृद्धी आणि परमसंतुष्टी हवी आहे का? शारीरिक, मानसिक, सामाजिक, आर्थिक आणि आध्यात्मिक अशा आयुष्याच्या सर्व स्तरांवर यशस्वी होण्याची तुमची इच्छा आहे का? 'मी कोण आहे' हे तुम्हाला अनुभवाने जाणावंसं वाटतं का?

तुमच्या अंतर्यामी अशा सर्व प्रश्नांची उत्तरं जाणण्याची इच्छा आणि 'अंतिम सत्य' प्राप्त करण्याची तृष्णा असेल, तर तेजज्ञान फाउंडेशनतर्फे आयोजित 'महाआसमानी शिबिरा'त तुमचं स्वागत आहे. हे शिबिर सरश्रींच्या मार्गदर्शनावर आधारित आहे. सरश्री, आजच्या युगातील आध्यात्मिक गुरू असून, ते आजच्या लोकभाषेत अत्यंत सहजपणे आध्यात्मिक समज प्रदान करतात.

महाआसमानी परमज्ञान शिबिराचा उद्देश :

विश्वातील प्रत्येक मनुष्यानं 'मी कोण आहे', या प्रश्नाचं उत्तर जाणून तो सर्वोच्च आनंदाच्या अवस्थेत स्थापित व्हावा, हाच या शिबिराचा मुख्य उद्देश आहे. प्रत्येकाला असं ज्ञान प्राप्त व्हावं, जेणेकरून त्यानं प्रत्येक क्षणी वर्तमानात जगण्याची कला आत्मसात करावी. तो भूतकाळाचं ओझं आणि भविष्याची चिंता यांतून मुक्त व्हावा. प्रत्येकाच्या आयुष्यात कधीही न संपणारा आनंद आणि योग्य समज यावी. शिवाय, प्रत्येकानं समस्या

विलीन करण्याची कला आत्मसात करावी. थोडक्यात, मनुष्यजन्माचा उद्देश सफल व्हावा, हाच या शिबिराचा उद्देश आहे.

'मी कोण आहे? मी येथे का आहे? मोक्ष म्हणजे काय? या जन्मातच मोक्षप्राप्ती शक्य आहे का?' असे प्रश्न जर तुमच्या मनात असतील, तर त्यांवरील उत्तर आहे- 'महाआसमानी परमज्ञान शिबिर'.

महाआसमानी परमज्ञान शिबिराचे मुख्य लाभ :

वास्तविक या शिबिराचे लाभ तर असंख्य आहेत; पण त्यांपैकी मुख्य लाभ पुढीलप्रमाणे-

* जीवनात शक्तिशाली ध्येय निश्चित होतं
* 'मी कोण आहे' हे अनुभवाने जाणता येतं (सेल्फ रियलायजेशन)
* मनाचे सर्व विकार विलीन होतात.
* भय, चिंता, क्रोध, बोरडम, मोह, तणाव या नकारात्मक बाबींतून मुक्ती
* प्रेम, आनंद, मौन, समृद्धी, संतुष्टी, विश्वास अशा दिव्य गुणांशी युक्ती
* साधं, सरळ पण शक्तिशाली जीवन जगता येतं
* प्रत्येक समस्येचं निराकरण करण्याची कला प्राप्त होते
* 'प्रत्येक क्षणी वर्तमानात जगणं' हा तुमचा स्वभाव बनतो
* आपल्यातील सर्व सकारात्मक शक्यता खुलतात
* याच जीवनात मोक्षप्राप्ती होते

महाआसमानी परमज्ञान शिबिरात सहभागी कसं व्हाल?

या शिबिरात सहभागी होण्यासाठी तुम्हाला खालील बाबींची पूर्तता करायची आहे-

१. तुमचं वय कमीत कमी अठरा किंवा त्यापेक्षा अधिक असायला हवं.

२. सर्वप्रथम तुम्हाला 'सत्य-स्थापना' (फाउंडेशन ट्रुथ रिट्रीट) शिबिरात सहभागी व्हावं लागेल. या शिबिरात, तुम्ही प्रामुख्यानं दोन बाबी शिकाल- प्रत्येक क्षणी वर्तमानात जगण्याची कला कशी आत्मसात करावी आणि निर्विचार अवस्था कशी प्राप्त करावी.

३. प्राथमिक स्तरावर तुम्हाला काही प्रवचनं ऐकायची असून, त्यांतून तुम्ही मूलभूत समज आत्मसात कराल आणि महाआसमानी शिबिरात प्रवेश करण्यासाठी तयार व्हाल.

हे शिबिर साधारणपणे एक-दोन महिन्यांच्या अंतराने आयोजित करण्यात येतं. यात हजारो सत्यशोधक सहभागी होतात. या शिबिराची तयारी दोन पद्धतींनी करू शकता. पहिली पद्धत- मनन आश्रम, पुणे येथे ५ दिवसीय शिबिरात भाग घेऊ शकता. दुसरी पद्धत- तेजज्ञान फाउंडेशनच्या जवळच्या सेंटरवर जाऊन सत्यश्रवणाद्वारेही करू शकता. महाराष्ट्रात अहमदनगर, सातारा, औरंगाबाद, नाशिक, नागपूर, वर्धा, अमरावती, चंद्रपूर, यवतमाळ, कोल्हापूर, सांगली, रत्नागिरी, लातूर, बीड, नांदेड, परभणी, पनवेल, मुंबई, ठाणे, सोलापूर, पंढरपूर, जळगाव, अकोला, बुलढाणा, धुळे, भुसावळ आणि महाराष्ट्राबाहेर सुरत, अहमदाबाद, बडोदा, नवी दिल्ली, बेंगलुरू, बेळगाव, धारवाड, रायपूर, भुवनेश्वर, कोलकाता, रांची, लखनौ, कानपूर, चंदीगढ, जयपूर, चेन्नई, पणजी, म्हापसा, भोपाळ, इंदोर, इटारसी, हर्दा, विदिशा, बुऱ्हाणपूर या ठिकाणी महाआसमानी शिबिराची पूर्वतयारी करू शकता.

तेजज्ञान फाउंडेशनमध्ये उपलब्ध असणाऱ्या सरश्रीलिखित पुस्तकांचं वाचन करून तुम्ही या शिबिराची पूर्वतयारी करू शकता. याशिवाय, तुम्ही रेडिओ किंवा यू ट्युबवरील सरश्रींच्या प्रवचनांचा लाभही घेऊ शकता. पण लक्षात घ्या, पुस्तकांतील ज्ञान, रेडिओ आणि यू ट्युबवरील प्रवचनं म्हणजे 'तेजज्ञानाची तोंडओळख' आहे; 'संपूर्ण तेजज्ञान' मुळीच नाही. तुम्ही महाआसमानी शिबिरात सहभागी होऊनच तेजज्ञानाचा आनंद घेऊ शकता. तेव्हा आगामी महाआसमानी शिबिरात सहभागी होण्यासाठी आजच संपर्क करा- 09921008060/75, 9011013208

महाआसमानी परमज्ञान शिबिरस्थान :

हे शिबिर पुण्यातील मनन आश्रम येथे आयोजित केलं जातं. येथे तुमच्या निवासाची आणि भोजनाची व्यवस्था केली जाते. तुम्हाला काही शारीरिक व्याधी असतील आणि त्यासाठी जर तुम्ही नियमितपणे औषधं घेत असाल, तर शिबिरात येताना ती सोबत बाळगावीत. शिवाय, वातावरणानुसार गरम कपडे, स्वेटर, ब्लँकेटही आणावं.

पुणे शहरापासून १७ किलोमीटर अंतरावर अत्यंत निसर्गरम्य परिसरात मनन आश्रम वसलेला आहे. आश्रमात महिला आणि पुरुष यांच्या निवासाची स्वतंत्र व्यवस्था असून येथे जवळपास ८०० लोकांच्या राहण्याची व्यवस्था आहे. आपण हवाईमार्ग, हायवे किंवा रेल्वे अशा कोणत्याही मार्गाने पुण्यात येऊ शकता.

मनन आश्रम : मनन आश्रम, पुणे, सर्व्हे नं. ४३, सणस नगर, नांदोशी गाव, किरकटवाडी फाटा, तालुका- हवेली, जिल्हा- पुणे- ४११०२४. फोन- 09921008060

✼ तेजज्ञान इंटरनेट रेडिओ ✼

तेजज्ञान इंटरनेट रेडिओद्वारे २४ तास ३६५ दिवस, सरश्रींच्या प्रवचन आणि भजनांचा लाभ घ्या. त्यासाठी पाहा लिंक –http://www.tejgyan.org/internetradio.aspx

विविध भारती F.M. वर दर रविवारी
सकाळी १०:०५ ते १०:१५ वा.

नोट : या कार्यक्रमांच्या वेळेत बदल झाल्यास नोंद ठेवावी.

www.youtube.com/tejgyan च्या साहाय्यानेदेखील
सरश्रींच्या प्रवचनांचा लाभ घेऊ शकता.
For online shoping visit us - www.tejgyan.org,
www.gethappythoughts.org

आपणास हवी असलेली पुस्तकं घरपोच मिळण्यासाठी मनीऑर्डर पाठवा. ही पुस्तकं आमच्या खर्चाने रजिस्टर्ड पोस्ट, कुरिअर आणि व्ही.पी.पी.द्वारे पाठवली जातील. त्यासाठी खालील पत्त्यावर संपर्क साधावा.

वॉव पब्लिशिंग्ज् प्रा. लि.

*रजिस्टर्ड ऑफिस : E- 4, वैभव नगर, तपोवनमंदिराजवळ, पिंपरी, पुणे –४११०१७

* पोस्ट बॉक्स नं. ३६, पिंपरी कॉलनी, पोस्ट ऑफिस, पिंपरी-पुणे – ४११०१७

फोन नं. : 09011013210 / 9146285129

आपण पुस्तकांची ऑर्डर ऑनलाईनही देऊ शकता.

लॉग इन करा – www.gethappythoughts.org

५०० रुपयांहून अधिक किमतीची पुस्तकं मागवल्यास १०% सूट मिळेल आणि डिलिव्हरी फ्री.

तेजज्ञान फाउंडेशनच्या मुख्य शाखा

पुणे : (रजिस्टर्ड ऑफिस)
विक्रांत कॉम्प्लेक्स, तपोवन मंदिराजवळ, पिंपरी, पुणे : ४११ ०१७.
फोन : (०२०) २७४१२५७६, २७४११२४०

मनन आश्रम :
सर्व्हे नं. ४३, सणस नगर, नांदोशी गांव,
किरकटवाडी फाटा, तालुका : हवेली,
जि. पुणे: ४११ ०२४. फोन : ०९९२१००८०६०

e-books
The Source • Celebrating Relationships • The Miracle Mind
• Everything is a Game of Beliefs • Who am I now • Beyond Life
• The Power of Present • Freedom from Fear Worry Anger
• Light of grace • The Source of Health and many more.
Also available in Hindi at gethappythoughts.org

Free apps
U R Meditation & Tejgyan Internet Radio on all platforms like
Android, iPhone, iPad and Amazon

e-magazines
'Yogya Aarogya' & 'Drushtilakshya'
emagazines available on www.magzter.com

e-mail
mail@tejgyan.com

Website
www.tejgyan.org, www.gethappythoughts.org

❋ नम्र निवेदन ❋
विश्वशांतीसाठी लाखो लोक दररोज सकाळी आणि रात्री ९:०९ मिनिटांनी
प्रार्थना करत आहेत. कृपया, आपणही यामध्ये सहभागी व्हा.

www.ingramcontent.com/pod-product-compliance
Lightning Source LLC
LaVergne TN
LVHW041550070526
838199LV00046B/1888